मृगजळातील कळ्या

वि. स. खांडेकर

D9900527

मेहता पब्लिशिंग हाऊस

MRUGAJALATIL KALYA by V. S. KHANDEKAR

मृगजळातील कळ्या : वि. स. खांडेकर / रूपककथा

© सुरक्षित

मराठी पुस्तक प्रकाशनाचे हक्क मेहता पब्लिशिंग हाऊस, पुणे.

प्रकाशक : सुनील अनिल मेहता, मेहता पब्लिशिंग हाऊस,
१९४१ सदाशिव पेठ, माडीवाले कॉलनी, पुणे – ४११०३०.

मुखपृष्ठावरील छायाचित्र : रवींद्र व्होरा, सांगली

प्रकाशनकाल : जानेवारी, १९९७ / फेब्रुवारी, २००९ /
पुनर्मुद्रण : ऑक्टोबर, २०१७

P Book ISBN 9788171616398
E Book ISBN 9789386342645
E Books available on : play.google.com/store/books
m.dailyhunt.in/Ebooks/marathi
www.amazon.in

अत्यंत दूर असून,
अतिशय जवळ असलेले
माझे स्नेही
दत्ताराम जनार्दन घाटे
यांच्या
गेल्या दोन तपांतल्या
स्नेहास

अनुक्रम

प्रार्थना

प्राचीन काळची गोष्ट -

त्यावेळी आभाळात स्वच्छंदाने उडणाऱ्या पाखरांना विमानांची घरघर ऐकू येत नसे आणि पृथ्वीवर फुलणाऱ्या फुलांना आकाशातून पडणाऱ्या बॉंबगोळ्यांचे भय वाटत नसे.

त्यावेळी जशी पांढरपेशांची संस्कृती-संरक्षक-मंडळे नव्हती, तसे शेतकऱ्यांचे मोर्चे आणि मजुरांचे संपही नव्हते.

रानावनात झोपड्या बांधायच्या, जेवढी जमीन कसता येईल तेवढी कसून तिच्यातून पीक काढायचे आणि काम करताना गात गात आणि गाताना काम करीत करीत आयुष्यात रंगून जायचे, एवढेच त्यावेळी बहुतेक लोकांना ठाऊक होते.

या झोपड्यांतून राहणारे शेतकरी सख्ख्या भावांहूनही अधिक प्रेमाने एकमेकांशी वागत. एकाच्या पायात काटा बोचला तर साऱ्यांच्या डोळ्यांत पाणी येई. एकाला मधाचे पोळे मिळाले की, प्रत्येक झोपडीतल्या माणसांना भाकरीबरोबर मध खायला मिळे.

* * *

वासरांनी शेतात शिरून कणसांना तोंड लावले तरी सारे म्हणत,
"थोडं खाऊ देत ती! त्यांनाही आपल्यासारखा जीव आहेच की!"

पाखरे येऊन पिकलेल्या कणसांवर झडप घालू लागली तरी ते म्हणत,
"थोडं नेऊ देत ती! त्यांनाही आपल्यासारखा जीव आहेच की!"

एके दिवशी अगडबंब जटाजूट धारण करणारा आणि भलीमोठी दाढी वाढविलेला एक गंभीर मनुष्य या झोपड्यांजवळ आला. अगदी

भुकेलेला होता तो! त्याने अन्न मागितले. सारे शेतकरी म्हणाले,

"थोडं खाऊ देत हो, यालाही आपल्यासारखा जीव आहेच की!"

* * *

दुसरे दिवशी ते त्याला शेतात काम करायला बोलावू लागले. तो साधू म्हणाला,

"मी काम करणार नाही! "

सर्वांना आश्चर्य वाटले. त्यांनी हसत विचारले,

"मग तू करणार काय?"

साधू उत्तरला,

"प्रार्थना!"

प्रार्थना या शब्दाचा अर्थ त्या शेतकऱ्यांपैकी एकालाही कळला नाही. साधू हसून म्हणाला,

"तुम्ही मूर्ख आहात. अडाणी आहात! पाऊस पडल्याशिवाय तुमचे शेत पिकेल का?"

सारे उद्‌गारले,

"नाही! कधीही पिकणार नाही!"

"तो पाऊस कोण पाडतो?" साधूने प्रश्न केला.

सर्वांनी उत्तर दिले,

"आभाळ!"

साधू उपहासाने म्हणाला,

"मूर्ख! अडाणी! आभाळ पाऊस पाडत नाही, देव पाऊस पाडतो. आभाळाच्या आत तो बसलेला आहे. तो रागावला की वीज चमकते, तो हसला की चांदणे फुलते, दररोज त्या देवाची प्रार्थना करा. नाहीतर तो पाऊस पाडणार नाही, तुमची शेते पिकणार नाहीत."

साधूने डोळे मिटून दोन्ही हात जोडून मोठमोठे शब्द म्हणायला सुरुवात केली. ते शब्द काही केल्या शेतकऱ्यांना म्हणता येईनात. त्यांनी मुकाट्याने हात जोडून डोळे मिटून देवाची प्रार्थना केली.

* * *

त्या झोपड्यांत दररोज नियमाने प्रार्थना होऊ लागली.

त्या वर्षी पाऊस अगदी हवा तसा पडला.

शेतकऱ्यांना वाटले, प्रार्थनेने देव प्रसन्न झाला.

स्वत:ला दोन घास कमी मिळाले तरी हरकत नाही, पण साधुमहाराजांची प्रार्थना, पूजा, यज्ञ ही सारी सुरळीत चालावीत म्हणून प्रत्येकाने साधूला जास्तीतजास्त धान्य दिले.

लवकरच आणखी कितीतरी साधू तिथे झोपड्या बांधून राहिले. त्या सर्वांची प्रार्थना पाहून शेतकऱ्यांना वाटे- आता देव आपल्यावर कधीच कोपणार नाही!

* * *

पुढच्या तीनचार वर्षांत त्यांच्यावर एकदाही देवाची अवकृपा झाली नाही.

पण देव रागावला नसताही त्यांच्यापैकी प्रत्येकावर मधूनमधून अर्धपोटी राहायची पाळी येऊ लागली. अहोरात्र प्रार्थना करून देवाला प्रसन्न ठेवणाऱ्या त्या सर्व साधूंना ते मागतील तेवढे धान्य देणे हे प्रत्येकाला आपले कर्तव्य वाटत होते. पण त्या सर्वांची सकाळ-संध्याकाळ चाललेली प्रार्थना ऐकूनही देव दुप्पट धान्य का पिकवीत नाही ही शंका मात्र आता प्रत्येकाच्या मनात उत्पन्न होऊ लागली.

* * *

आणि लवकरच असा एक पावसाळा आला की -

उन्हाळ्याचे दिवस मोजून मोजून संपले होते म्हणूनच त्याला पावसाळा म्हणायचा! एरवी तो भयंकर उन्हाळाच होता. आभाळातून एकसारखी निखाऱ्यांची वृष्टी होऊ लागली. त्या निखाऱ्यांनी जमिनीवरील हिरवळ जळून तिची राखरांगोळी झाली. वृक्षवेलींचे निष्प्राण सांगाडे पाहून पूर्वी त्यांच्याशी कुजबुज करणारा वारा उष्ण नि:श्वास टाकू लागला. आपण पृथ्वीवर नसून एका उलट्या कढईत कोंडले गेलो आहोत आणि त्या कढईच्या खाली वणवा पेटला आहे, असे प्रत्येकाला वाटू लागले.

शेतकऱ्यांच्या डोळ्यांत पाणी उभे राहिले.

पण आभाळाच्या?

छे! तिथे काळ्या मेघांची पुसट छायासुद्धा दिसत नव्हती.

शेतकरी साधूंना शरण गेले.

साधूंनी यज्ञ आरंभला.

यज्ञाच्या ज्वाळा आभाळाला जाऊन भिडल्या, पण आभाळाच्या

आत बसलेल्या देवाला काही त्यांची झळ लागली नाही.

साधूंनी अहोरात्र सामुदायिक प्रार्थना सुरू केली.

त्यांच्या प्रार्थनेचा आवाज आकाशापर्यंत जाऊन पोहोचला, पण त्याच्या पलीकडे बसलेल्या देवाला काही तो ऐकू गेला नाही.

* * *

बाहेरची आग शेतकऱ्यांच्या पोटापर्यंत जाऊन पोहोचली. साधुमंडळी दररोज भोजन झाल्याबरोबर उपाशी शेतकऱ्यांना आशीर्वाद देतच होती, पण आशीर्वादांनी जगातली कुठली आग विझली आहे?

एक धीट शेतकरी पुढे झाला व म्हणाला,

"या साधूंच्या झोपड्यांत अजून खूप धान्य शिल्लक आहे. त्यांच्यावर थोडे दिवस आपली गुजराण होईल; पुढचे पुढे!"

शेतकऱ्यांच्या जमावाने धान्याची मागणी करताच साधूंचा पुढारी ओरडला,

"यंदा नाही तर नाही; पण पुढल्या वर्षी तरी पाऊस पडायला हवा! तो पडावा म्हणून देवाची अहोरात्र प्रार्थना व्हायला हवी. तशी प्रार्थना करायला आमच्या अंगात शक्ती हवी- आणि अंगात शक्ती असायला-"

त्यांचे ते वक्तृत्व ऐकायला एकही शेतकरी जागेवर राहिला नाही. त्या सर्वांनी मिळून त्याच्याच झोपडीवर हल्ला चढविला.

दार अडवून उभा राहिलेला तो साधू म्हणाला,

"मागं सरा, मागं सरा! माझ्या अंगाला हात लावलात तर देवाचा कोप होईल!"

क्षणभर डोळे मिटून त्याने देवाची प्रार्थना केली, पण एकाही शेतकऱ्याने आपले हात जोडले नाहीत.

दुसऱ्या क्षणी साधू डोळे उघडून पाहतो तो, प्रत्येक शेतकरी आपला कोयता सरसावून झोपडीत शिरण्याकरिता तयार झाला आहे.

साधू गडबडला. थरथर कापत तो म्हणाला,

"मला मारू नका. माझी एकच प्रार्थना आहे. मला-"

क्षणभर डोळे मिटून ते पुन्हा उघडीत आणि इतर साधूंना हाक मारीत तो म्हणाला,

"या, या, लवकर या. या सर्वांच्या पाया पडा. यांची प्रार्थना करा!"

शेतकरी आणि साधू त्याच्याकडे चकित होऊन पाहू लागले.

साधूंचा तो पुढारी उद्गारला,

''आता मला देवाचा साक्षात्कार झाला. देव आता आकाशाच्या पलीकडे नाही. तो पृथ्वीवर उतरला आहे. या शेतकऱ्यांत त्याचा संचार झाला आहे.''

लगेच त्या साधूने शेतकऱ्यांना साष्टांग नमस्कार घातला. इतरांनीही त्याचे अनुकरण केले.

शेतकऱ्यांनी हातातले कोयते दूर भिरकावून दिले!

✳

फुले आणि दगड

एकदा फुलांना वाटले- आपण सदान् कदा दगडांची पूजा करायची हा काय न्याय झाला?

ती रुसून बसली.

निसर्ग त्यांना म्हणाला-

''तुम्हाला दगडांची पूजा करायची नसेल तर दगड तुमची पूजा करतील, पण पूजेवाचून जग चालायचं नाही!''

फुलांनी हे आनंदाने मान्य केले.

जसजसा एक-एक ओबडधोबड दगड एका-एका नाजूक फुलावर पडू लागला, तसतसा त्या फुलाचा चोळामोळा होऊ लागला.

सारी फुले निसर्गाला म्हणाली -

''आम्हाला नको हा मान! पूजा करून घेण्यापेक्षा ती करण्यातच अधिक सुख आहे!''

❋

पृथ्वी, स्वर्ग आणि नरक

धर्मार्थ नौका चालविण्याशिवाय गूहक दुसरे काहीच करीत नसे! आणि त्याने काही करायचे मनात आणले असते तरी ते करायला त्याला वेळच मिळाला नसता. पहाटे तांबडे फुटण्यापूर्वीच यात्रेकरूंची दोन्ही तीरांवर गर्दी होई. इकडली माणसे तिकडे पोहोचवायची आणि तिकडली माणसे इकडे आणायची, यातच पूर्वेकडे उगवलेला सूर्य पश्चिमेकडे मावळून जाई. यात्रेकरू देतील ते त्याचे खाणे! कुणीतरी फेकून दिलेले फाटके धोतर हेच त्याचे वस्त्र!

संध्याकाळ झाली की, तो अगदी गळून जाई. रहदारी थांबताच नौका तीराला लावून तो तिच्यातच झोपी जाई. झोपेत त्याला एखादेवेळी स्वप्न पडे. त्या स्वप्नात नदीत बुडता बुडता त्याने वाचविलेल्या एखाद्या लहान मुलाचा किंवा स्त्रीचा चेहरा तेवढा त्याला दिसे.

या निःस्वार्थी आत्म्याच्या पुण्याचे इंद्राला भय वाटू लागले. त्याच्या मनात येऊ लागले- 'उद्या याने आपले इंद्रपद घेतले तर?'

सर्व देवांचा सल्ला घेऊन त्याने कलीला पृथ्वीवर पाठवून दिले.

संध्याकाळ झाली होती. कली एका यात्रेकरूच्या वेषाने गूहकापाशी आला. गूहक अगदी दमून गेला होता.

कली त्याला म्हणाला,

"भल्या गृहस्था, तू इतके श्रम करतोस! पण त्याचं फळ तुला काय मिळतं?"

गूहक नुसता हसला.

कली मधुर वाणीने म्हणाला,

"इतक्या सुंदर बायका तुझ्या नावेतून प्रवास करतात; पण त्यांच्यापैकी

एकीने तरी तुझे वल्ही मारून दुखवणारे हात घटकाभर चेपले आहेत का?''

गूहकाने नकारार्थी मान हलविली.

कली उद्गारला,

''बाबा, जग असेच कृतघ्न आहे. हे यात्रेकरू तुझ्या नावेतून मेवामिठाई खात जातात, पण तुला कधी त्यांनी गोडगोड खायला दिले आहे का? त्यांच्या हातात पेढा नि तुझ्या पदरात शिळ्या भाकरीचा तुकडा!''

गूहकाच्या मनात आले,

''खरंच हे जग फार कृतघ्न आहे. असल्या कृतघ्न जगात राहण्यापेक्षा-''

पण हे जग सोडून जायचे कुठे?

कलीने त्याला दुसऱ्या जगाचा मार्ग दाखविला. त्या जगाचे नाव स्वर्ग!

* * *

हे नवीन जग जुन्या जगापेक्षा कितीतरी कृतज्ञ आहे, असे गूहकाला वाटू लागले. तो चार पावले चालला न चालला तोच लताकुंजांतून एखादी अप्सरा मुरकत मुरकत पुढे येई आणि त्याच्याकडे तिरप्या नजरेने पाहत म्हणे,

''महाराज, आपण फार दमला असाल! दासीकडून चरणसेवा घ्यावी!''

बोलायला सवड न देताच ती त्याला लताकुंजात घेऊन जाई. तिथे तिचे हात गळ्याभोवती पडले की, कुंजात फुललेल्या फुलांच्या सुगंधावर आपण तरंगत आहोत, असा गूहकाला भास होई.

प्रत्येक लताकुंजात एक-एक अप्सरा अशा रीतीने त्याचे स्वागत करीत असे. इतकेच नव्हे तर रंभा, उर्वशी, मेनका, घृताची या मोठमोठ्या अप्सरांना आता भांडणाचा एक नवाच विषय मिळाला -

''गूहकाचे प्रेम कुणावर आहे?''

गूहकाला स्वतःला ते कधीच सांगता आले नाही. ज्या अप्सरेच्या बाहुपाशात तो असे, तिच्यावर आपले उत्कट प्रेम आहे, असे त्याला वाटे; पण ती दूर जाताच ते प्रेम हा एक गोड भास होता अशी त्याच्या

मनात खात्री होई.

अमृत प्यायचे नि अप्सरांच्या आलिंगनात कालक्रमणा करायची, एवढाच काय तो त्याला उद्योग उरला. एखादेवेळी आपल्या धर्मार्थ नौकेची त्याला आठवण होई, नाही असे नाही; पण तो कुठल्या तरी मधुर पूर्वस्मृतीत रमून जात आहे, असे वाटताच त्याच्या सेवेला असलेली अप्सरा आपला बाहुपाश अधिकच दृढ करी. त्या पाशात त्या दिव्य आठवणीचा चोळामोळा होऊन जाई.

* * *

असे किती दिवस गेले, ते गूहकाला कळलेही नाही.

पण एक दिवस असा उजाडला की, त्याच्याकडे एकाही अप्सरेने ढुंकून पाहिले नाही, कुणीही ठुमकत ठुमकत त्याच्यापुढे अमृताचा पेला ठेवला नाही.

या स्थित्यंतराचा अर्थच त्याला कळेना.

मोठ्या प्रयासाने त्याने कलीला गाठले. कली त्याला नमस्कार करीत म्हणाला,

"आता हीच तुझी आमची शेवटची भेट!"

"म्हणजे?" गूहकाने विचारले.

"स्वर्गातला तुझा शेवटचा दिवस आहे आज! उद्या तू-"

"उद्या कुठे जाणार मी?"

"नरकात!" विकट हास्य करीत कली उद्गारला.

"तुझे पुण्य तू उपभोग घेऊन संपवलंस! फुलांचं निर्माल्य झालं की, ती टाकून देतात ना? तसं तुझ्यासारख्या माणसांचंही निर्माल्य-"

कली पुढे काय म्हणाला हे गूहकाला ऐकूसुद्धा आले नाही. त्याच्या कानात नरकातल्या दुर्दैवी प्राण्यांच्या किंकाळ्यांचे प्रतिध्वनी घुमू लागले होते.

* * *

दुसरे दिवशी देवदूतांनी गूहकाला स्वर्गद्वाराच्या बाहेर आणले आणि यमदूतांच्या हवाली केले.

गूहक यमदूतांना म्हणाला,

"नरकात पाऊल टाकण्यापूर्वी एकदा पृथ्वीवर जाऊन येण्याची इच्छा आहे माझी!"

यमदूतांच्या मनातही भटकायचे होतेच!

* * *

गूहक नदीतीरावरील आपल्या धर्मार्थ नौकेकडे धावतच आला. त्याने पाहिले- नौका चालवायला कुणी नसल्यामुळे यात्रेकरूंपैकीच कुणीतरी वल्हवीत होता. त्याला नीट वल्हवता येत नव्हते.

नौका एकदम कलली. एक तान्हे मूल पाण्यात पडले. त्याच्या आईने किंकाळी फोडली.

गूहकाने पाण्यात उडी टाकली. हा हा म्हणता तो त्या मुलापाशी पोहोचला. त्याने मूल बाहेर काढले. मूल फार घाबरले होते; पण ते जिवंत होते.

गूहकाला विलक्षण आनंद झाला. त्या बालकाच्या आईचा हसरा चेहरा पाहताच त्याचे मन म्हणाले,

''अमृताची माधुरी आणि अप्सरांचे लावण्य या आनंदापुढे फिकी आहेत.''

यमदूतांनी तीरावरून हाक मारली,

''गूहक, चल, वेळ लावू नकोस!''

गूहक तीराकडे आला.

त्याला पाहताच ते यमदूत दचकले.

एक दुसऱ्याला म्हणाला,

''आपण भलताच मनुष्य घेऊन जात होतो. याच्या भोवतालचा हा पुण्याचा प्रकाश पाहा. स्वर्गात जायचा अधिकार आहे याला!''

''माझा स्वर्ग इथंच आहे!'' गूहक हसत उत्तरला.

''कुठं?''यमदूताने विचारले.

गूहकाने पाण्यातल्या नौकेकडे पाहिले. दृष्टीच्या मागोमाग त्याचे शरीर धावत गेले. पायांची हालचाल थांबताच वल्हविणाऱ्या हातांची हालचाल सुरू झाली.

❋

दोन पतंग

एक पतंग खुंटीवर फडफडत होता. दुसरा दिव्याभोवती घिरट्या घालीत होता.

वरून आवाज आला 'पतंग.'

अग्नीला प्रदक्षिणा घालणाऱ्या ऋत्विजाप्रमाणे दीपज्योतीभोवती प्रदक्षिणा घालणारा छोटा पतंग ती हाक ऐकताच थांबला. त्याने वर मान करून पाहिले.

खुंटीवरला पतंग म्हणाला,

"बाळ पतंग, असा वेड्यासारखा झेप घालू नकोस त्या दिव्यावर!"

चिमुकल्या पतंगाने हसून विचारले,

"वेडा कोण. तू का मी?"

मोठा पतंग फडफडत म्हणाला,

"मी पतंग नि तूही पतंग. आपण दोघे एकाच कुळातले. म्हणून तुझ्यासाठी एवढा तडफडतोय माझा जीव! वेड्या, तो दिवा- आग- भयंकर आग आहे ती!"

"ही ज्योत किती सुंदर आहे! प्रत्येकाच्या हृदयातली ज्योत अशीच असेल का?" चिमणा पतंग उद्गारला.

"मूर्ख आहेत तू!" खुंटीवरले पतंगदादा म्हणाले.

"वाऱ्यावर गमतीने पोहत राहण्याकरिता पतंगाचा जन्म आहे! मी किती उंच उडतो हे तू पाहिले आहेस का कधी? माडांचे शेंडे, देवळांचे कळस, सारे सारे ठेंगणे वाटू लागतात माझ्यापुढे. आणखी काही दिवसांनी अस्मानसुद्धा ठेंगणे होईल मला!"

छोट्या पतंगाचे मन द्विधा झाले. मोठा पतंग आज ना उद्या

गगनाला हात लावील, सूर्याच्या अगदी जवळ जाईल आणि आपण? आपण जमिनीवरल्या एका साध्या ज्योतीभोवती-

कुठे साऱ्या जगाला प्रकाशित करणारा सूर्य आणि कुठे स्वत:खालचा अंधारसुद्धा नाहीसा न करणारी दीपज्योती! धाकटा पतंग आदराने थोरल्या पतंगाकडे पाहू लागला.

वाऱ्याच्या तालावर दीपज्योती नाचू लागली. स्वच्छ आकाशात वीज चमकत आहे असा छोट्या पतंगाला भास झाला. दीपज्योतीबरोबर त्याचे हृदय खालीवर होऊ लागले. तिचा प्रत्येक अंगविक्षेपही आपल्या हृदयसंगीताची मधुर तानच आहे अशी कल्पना त्याच्या मनापुढे चमकून गेली.

त्याने वर पाहिले. पतंगदादा फडफडत त्याची निर्भर्त्सना करीत होता.

त्याने समोर पाहिले. दीपज्योती मधूनमधून त्याला आपल्याकडे येण्याविषयी खुणावीत होती.

छोट्या पतंगाने विचारले,

"पतंगदादा, तू किती उंच उडतोस ते मला दाखवितोस का आता?"

"आत्ता?" खुंटीवरून अस्पष्ट शब्द आला.

"हो आत्ता. वारा कसा छान सुटला आहे बघ."

"पण- पण-"

"माझी दोरी हातात धरायला कुणी नाही ना इथं?"

"दोरी?" चिमुकल्या पतंगाने तिरस्काराने वर पाहत म्हटले.

"दुसरा हातात दोरी धरणार तेव्हा तू उडणार! तुझी दोरी तुलाच लखलाभ असो! दुसऱ्याच्या हातातलं खेळणं होऊन-"

सोसाट्याच्या वाऱ्याबरोबर दीपज्योतीने मुरडून चिमुकल्या पतंगाकडे पाहिले. ज्योतीच्या हृदयात पतंग व वाऱ्याच्या हृदयात ज्योती अदृश्य झाली.

त्या अंधारात खुंटीवरची फडफड तेवढी ऐकू येत होती.

*

दुसरा अवतार!

त्या डबक्यात हा हा म्हणता मासा व बेडूक यांची मैत्री जमली. मासा एखाद्या पाणबुडीप्रमाणे पोहत असे त्यावेळी बेडूक त्याची वाहवा करी. बेडूक उड्या मारी तेव्हा मासा म्हणे,

''वा! अगदी मारुतीची उडी! स्वर्ग दोनच बोटं राहिला होता वर!''

प्रथम मैत्रीची सुरगाठ असते. पण मने एक झाल्यावर तिची निरगाठ व्हायला काय उशीर? या दोघांचीही वृत्ती पडली धार्मिक! जलप्रलयाच्या वेळी मनूच्या नौकेला साह्य करणाऱ्या माहात्म्याचे आपण औरस वंशज आहो (बेडकाला औरस की दत्तक याविषयी थोडासा संशय येई ही गोष्ट निराळी) असे मासा नेहमीच अभिमानाने सांगे. मनुस्मृतीचे श्रेय मनूपेक्षा आपल्या पूर्वजांस अधिक आहे, अशी त्याची बालंबाल खात्री होती. बेडकाला आपण पूर्वजन्मी महर्षी होतो असे अंतर्ज्ञानाने कळले होते. पावसाळ्याच्या आरंभी त्याच्या तोंडून स्फूर्तीने बाहेर पडलेली सूक्तेच ते सिद्ध करीत नव्हती का?

पण संसारातले सुख म्हणजे पळत्या ढगाची सावली. हळूहळू डबक्याचे आणि त्याबरोबरच माशाच्या तोंडचे पाणी पळू लागले. जवळच एक खोल विहीर होती. आता तिचा आश्रय केल्याशिवाय गती नाही अशी माशाची खात्री झाली. बेडकाला सोडून जाण्याचे अगदी जिवावर आले त्याच्या! पण करतो काय बिचारा? जगात बेडूक पुष्कळ असले तरी आपला प्राण एकच आहे असा पोक्त विचार करून एका भांड्यातून तो चोरून विहिरीत उतरला.

मासा विहिरीत जाताच बेडकाला मुळीच करमेनासे झाले. तो विहिरीच्या काठावर जाऊन पुन्हा पुन्हा आत वाकून पाही. खोल, खूप

खोल होती ती! जणूकाही काळपुरुषाचा जबडाच! अंगावर येणाऱ्या शहाऱ्यांकडे दुर्लक्ष करून तो माशाला विचारी,

"आणखी कोण आहे आत?"

"फक्त एक कासव."

"कसा आहे तो स्वभावानं?"

"सज्जन! फार सज्जन! परमेश्वराचा पहिला अवतार मी आणि दुसरा तो! मला नव्हतं हे ठाऊक! त्याच्याकडूनच कळलं! जसा पहिला तसाच दुसरा. दोन्ही ईश्वराचे अवतार! त्यात काय फरक असणार एवढा?"

बेडकाला ही अवतार-मालिका ठाऊक होती. एकदा त्याला धोंडे मारीत मारीत दोन लहान मुले डबक्याच्या काठी उभी होती. धोंडे मारता मारता तोंडाने शाळेतल्या अभ्यासाची उजळणीही करीत होती ती!

"पहिला अवतार मत्स्यावतार. दुसरा अवतार कूर्मावतार."

बेडकाला ते सारे आठवले. आपणही ईश्वराचा कुठला तरी अवतार आहो- निदान होऊ- अशी मोहक कल्पनाही त्याच्या मनात चमकून गेली.

"बेडूकदादा" माशाने प्रेमाने हाक मारली.

"काय रे?"

"फार दिवस ऐकली नाहीत तुझी सूक्तं! ये ना आत."

"येईन. पण भय वाटतं मला कासवाचं."

"वेडा आहेस तू. अरे परमेश्वराचा दुसरा अवतार आहे ना तो! मी नाही पहिला अवतार? जसा मी, तसाच तो."

बेडकाने एका बादलीतून विहिरीत मोठ्या हौसेने अवतरण केले. पण पाण्याच्या पृष्ठभागावर येऊन सूक्ते म्हणण्याकरता त्याने तोंड उघडले नाही तोच कासवाने एकदम मागून येऊन त्याचा कडकडून चावा घेतला. क्षणार्धात सूक्ताचे रूपांतर आक्रोशात झाले. भयभीत होऊन बेडूक विहिरीच्या तळाशी गेला. थोड्या वेळाने त्याने वर डोके काढले. कासवाने लगेच त्याची पाठ पुरविली. बेडकाचे आक्रंदन ऐकून माशाने विचारले,

"बेडूकदादा, विहिरीची हवा मानवत नाही वाटतं तुला? आवाजात

फरक झालेला दिसतोय तुझ्या! का नवीनच सूक्तं आहेत ही?''

त्याला उत्तर देण्याकरिता बेडकाने तोंड उघडले. पण कासवाच्या चाव्यामुळे गळा दाबल्यासारखा आवाज तेवढा त्याच्या तोंडून निघाला. परमेश्वराच्या पहिल्या व दुसऱ्या अवतारांत भयंकर फरक असतो हे त्याला पुरेपूर कळून चुकले.

मासा म्हणाला,

''बेडूकदादा, चुकल्याचुकल्यासारखं होतं मला. तुझी ती गोड सूक्तं-''

कासवाच्या चाव्याकडे लक्ष न देता बेडूक किंचाळला,

''ती आता पुढल्या जन्मी!''

''असं काय अभद्र बोलतोस उगीच?''

''मी नाही बोलत हे.''

''मग?''

''बोलविता धनी-''

''कोण?''

''हा परमेश्वराचा दुसरा अवतार!''

विहिरीत आल्याबरोबर बेडकाचे माथे फिरले अशी खात्री होऊन माशाने एक खेदाचा सुस्कारा सोडला.

❋

यंत्रकर्मा

देवेंद्राची स्वारी नंदनवनातील शिलातलावर सचिंत बसली होती. ज्या नंदनवनात विहार करण्याचे भाग्य लाभावे म्हणून पृथ्वीतलावर मानवी प्राणी जन्मभर धडपडत असतात त्या नंदनवनात त्याचा स्वामी म्हणून बसलेल्या देवराजाचे अंत:करण अत्यंत अस्वस्थ झाले होते. आज अप्सरांचे गायन त्याला कर्णकटू वाटत होते; पारिजातकातून सुगंधाऐवजी अग्निकणांचाच आपल्यावर वर्षाव होत आहे असा त्याला भास होत होता. कल्पवृक्षांच्या वनात बसूनही त्याच्या मनाला असमाधानाच्या इंगळ्या लागलेल्या होत्या. रंभेने का उर्वशीने आणून दिलेला अमृताचा पेला त्याने दूर भिरकावून दिल्यामुळे मन प्रसन्न करण्याकरिता गायला आलेल्या चित्ररथ गंधर्वाचा तंबोरा त्याच्याच पाठीत घालून त्याला रडगाणे गात त्याने परत पाठविले असल्यामुळे साऱ्या दासदासी अगदी घाबरून गेल्या होत्या. वृत्रासारखा विलक्षण शूत्र पुन्हा पृथ्वीतलावर उत्पन्न झाला आहे की काय, लक्ष्मणाने प्राचीन काळी मारलेला इंद्रजित पुन्हा जिवंत झाल्याची वार्ता आली आहे की काय, अशी कुजबुज त्याच्या सेवकांमध्ये सुरू झाली.

देवेंद्राचे डोळे कुणाच्या तरी वाटेकडे लागले होते.

"अजून नाही आला मदन?" त्याने रागाने विचारले,

"नाही महाराज." दुरून मंजूळ स्वरात उत्तर आले.

"बरे विश्वकर्मा तरी?"

"कुणीच आले नाही अद्याप."

"गेले असतील कुठेतरी भटकायला," देवेंद्र स्वत:शीच म्हणाला.

"या मदनाला तर दुसऱ्याच्या कुलंगड्यांखाली वेळच फावत नाही.

आज या ऋषीचे मन त्या राजकन्येवर नेऊन बशीव, उद्या त्या राणीच्या मनात या भिकाऱ्याविषयी प्रेम उत्पन्न कर.''

''देवेंद्राचा विजय असो.'' हे शब्द कानावर पडल्यामुळे इंद्राचे विचारयंत्र थांबले. तो तत्काळ वळून म्हणाला,

''इच्छेने विजय मिळत नसतो; त्याला पराक्रमच लागतो.''

''वज्रापेक्षा अधिक पराक्रमी शस्त्र जगात दुसरे कोणते आहे?'' विश्वकर्म्याने विचारले.

''पुष्प.'' देवेंद्र उत्तरला.

''पुष्प? हा पुष्पबाण आपल्या सेवेला सादर असताना वज्राचा अपमान करण्याची कुणाची छाती आहे?'' मदनाने प्रश्न केला.

''अहंकार हाच मनुष्याचा मोठा शत्रू असतो. मदना, तुझे पुष्पबाण अजिंक्य असल्याचा तुला मोठा अभिमान आहे, पण पृथ्वीवरल्या पुष्पराजाने तुझा कधीच पराजय केला आहे.''

''माझा आणि पराजय? साठ सहस्र वर्षे तपश्चर्या करणाऱ्या विश्वामित्राला एका क्षणात कुत्रे करून मेनकेचे पाय चाटायला लावणारा मी. या पुष्पराजाला हा हा म्हणता पारवा करून एखाद्या अप्सरेभोवती पिंगा घालायला लावीन.''

''विलासगृहात बसून रणांगणावरल्या गप्पा मारण्यात काय मतलब आहे? होय की नाही विश्वकर्मन्?''

राजेलोकांच्या लहरीप्रमाणे मान हलविली नाही की, ती गमावण्याचा प्रसंग येतो हे व्यवहारचतुर विश्वकर्म्याला पक्के माहीत होते. मदनाच्या रागालोभाची पर्वा न करता इंद्राच्या म्हणण्याला त्याने दुजोरा दिला.

मदन संतापाने बोलला,

''देवराज, या मदनाच्या आजपर्यंतच्या कामगिरीचे आपल्याला विस्मरण व्हावे ना? माझ्या फुलांच्या बाणांनी मी आजपर्यंत आपला मार्ग कैकवेळा निष्कंटक केला आहे, हे आपल्याला आठवत नाही काय? इंद्रपद मिळविण्याकरिता कुणी केवढीही उग्र तपश्चर्या आरंभिली तरी सूर्याच्या किरणाने बर्फाचे डोंगरच्या डोंगर जसे वितळून जातात त्याप्रमाणे या मदनाच्या नुसत्या नेत्रकटाक्षाने त्याची अचल तपस्या मातीमोल करून टाकिली आहे. वेदमंत्रांत अहोरात्र रममाण होणाऱ्या ओठांना तरुणीच्या अधरामृतासाठी उत्कंठित कोण करीत आले आहे?

मीच ना? बाहुबलाच्या जोरावर त्रिभुवन जिंकणाऱ्या राजांना त्या बाहूंचे सार्थक रमणीला कवटाळून बसण्यात आहे असे आजपर्यंत कुणी वाटायला लावले आहे? मीच ना? पातिव्रत्याच्या तेजाने सूर्याला दिपविणाऱ्या सतीच्या मनात परपुरुषाविषयी इच्छा उत्पन्न करून देवांच्या अब्रूचे संरक्षण कोणी केले आहे? मीच ना?''

"मदना, तुझे कर्तृत्व तुझ्या वक्तृत्वासारखेच होईल तर फार बहार होईल. पण-''

"पण काय? वाटेल तो निधड्या छातीचा पुरुष माझ्यापुढे आणा. विजयश्रीच्या माळेपेक्षा रमणीचा करपाश गळ्यात पडावा अशीच मी त्याला इच्छा करायला लावीन.''

"घोडामैदान जवळच आहे. सध्या तरी या पुष्पराजाच्या राज्यात तुला काडीइतकादेखील मान नाही. राणीपेक्षा सुस्वरूप असलेल्या आपल्या दासीकडेदेखील हा राजा वाकडी नजर करून पाहत नाही. वेश्येचा धंदा करणारी एकदेखील स्त्री त्याच्या उभ्या राज्यात नाही-''

"एकही वेश्या नाही? छट्! सगळ्याच वेश्या असतील; त्यामुळे कुणीच कुणाला वेश्या म्हणत नसतील. गाढवांच्या भाषेत गाढव हा शब्द मूर्ख या अर्थी वापरत नाहीत. त्यातलाच हा प्रकार.''

"खरोखर एकदेखील वेश्या नाही. वायुदेव गुप्तहेराप्रमाणे घरोघर फिरून त्या राज्याचा कानाकोपरा पाहून आला आहे.''

"एकही वेश्या नाही म्हणजे मोठेच आश्चर्य आहे. या राज्यातले सारे लोक दहा-पंधरा वर्षांपेक्षा कधी मोठे होत नाहीत की काय? पुष्पराजाच्या राज्यात औषधालादेखील वेश्या नाही?''

"नाही. मुळीच नाही. वेश्या नसण्याचे मुख्य कारण राज्यातल्या सर्व जातींच्या लहानथोर बायकांना भरपूर काम मिळते हेच आहे. पोट सुखाने भरल्यावर पापाच्या रस्त्याकडे वळायला पाय कचरतात.''

"इतकी कामे आणली तरी कुठून या राजाने?'' विश्वकर्म्याने प्रश्न विचारला.

"त्याने यंत्रावर अगदी कडकडीत बहिष्कार घातला आहे म्हणे. ताटात जेवले की, पत्रावळी करणारांचा धंदा बुडतो. म्हणून तो स्वतः पत्रावळीवर जेवीत असतो. दाराला कुलूप लावले की, पहारेकऱ्याच्या पोटावर पाय येतो म्हणून त्याने कायद्यानेच कुलपांना हद्दपार केले

आहे. पृथ्वीवरल्या इतर देशांत घड्याळे सुरू झाली असली तरी हा घटिकापात्रावरच आपले काम चालवीत आहे. शेते नांगरायला आणि कापड विणायला यंत्रे आली की, माणसे उपाशी मरू लागतात असे त्याचे म्हणणे आहे. बेकार लोकांच्या पोटातल्या आगीतूनच बंडाचा वणवा उत्पन्न होतो व त्यात राजाच्या सिंहासनांची आणि प्राणांची आहुती पडते, असा प्रसंग आपल्यावर अगर आपल्या वंशजावर येऊ नये म्हणून दूरदर्शीपणाने त्याने यंत्रांवर बहिष्कार घातला आहे, असे नारदमुनी सांगत होते.''

''विक्षिप्तच दिसतो मोठा!'' विश्वकर्मा म्हणाला.

''कमी खर्चात कमी वेळात जास्तीतजास्त काम लोकांकडून करून घेणे याला सुधारणा म्हणतात, हे या वेड्याच्या गावीही नाही. यंत्रांचा जर उपयोग करायचा नाही तर मनुष्य आणि पशू यांच्यात अंतर काय राहिले?''

''अंतर एवढेच की, यंत्रे न वापरणारा हा मनुष्य देव होऊ पाहत आहे.'' देवेंद्र म्हणाला.

''देव?'' विश्वकर्मा व मदन आश्चर्याने ओरडले.

''हा पत्रावळीवर जेवणारा भटुरगा राजा देव होणार! मग उद्या एखादा शेतकरीही इंद्रपदावर येऊन बसेल. पाल मोठ्याने चुकचुकली म्हणून काही तिला कुणी शेष मानीत नाही.''

''देव होण्याचा प्रश्न सामर्थ्याचा नसून पुण्याचा आहे. या राजाच्या राज्यात व्यभिचार नाही, कलह नाहीत, काही नाही. त्यामुळे त्याच्या पुण्यसागराला एकसारखी भरतीच येत आहे. या भरतीमध्ये माझे सिंहासन वाहून जाईल की काय अशी मला भीती वाटू लागली आहे.''

''सिंहाला मुंगीची भीती वाटते हे कुणी खरे मानील का? या पुष्पराजाचा पुण्यक्षय हा हा म्हणता मी करीन.'' मदन म्हणाला.

''या पुष्पराजाने एकट्याने केवढीही तपश्चर्या केली तरी त्याची मला भीती नाही, पण त्याच्या राजवटीत सर्व प्रजा पुण्यवान झाली आहे आणि प्रजेच्या पापपुण्याचा अंश राजाला मिळत असल्यामुळे त्याचा पुण्यचंद्र पौर्णिमेला झाला आहे.''

''या पौर्णिमेची अमावस्या व्हायला पुरता पंधरवडादेखील लागणार नाही. एक रम्य उद्यान, वसंतवायूची एक झुळूक, एखादी मोहक परस्त्री

आणि माझा एक बाण एवढे साहित्य बस्स आहे या विजयाला!''

"मदना, लोण्याचा गोळा ज्या आचीने वितळतो तिने लोखंडाच्या तुकड्याला धक्कादेखील पोहोचत नाही. तुझे हे साहित्य सामान्य मनुष्य जिंकायला ठीक आहे. पण-''

"सुंदर दासीकडेदेखील वाकड्या नजरेने न पाहणाऱ्या राजाच्या बाबतीत मदनाला जय मिळणे जरा कठीणच दिसते. मला वाटते, माझ्या नव्या नव्या वस्तूंचा मोहच त्याला लवकर पडेल.'' विश्वकर्मा म्हणाला.

"स्त्रीचे सौंदर्य ही सरस काव्याप्रमाणे प्रतिक्षणाला नवी नवी दिसणारी वस्तू आहे. तेव्हा मदनालाही यश मिळण्याचा संभव आहे. तुम्ही दोघेही त्याच्या राज्यात चला. विश्वकर्म्याची सुंदर बाह्यसृष्टी व मदनाची मोहक अंत:सृष्टी यांच्या कात्रीत पुष्पराजाच्या पुण्याच्या चिंधड्या उडाल्यावाचून राहणार नाहीत!''

* * *

"कामशर्मा, तुम्ही खरे कवी आहात,'' पुष्पराज हसून म्हणाले. "तुमच्या काव्यातील नाद-माधुर्य निर्झराप्रमाणे, अर्थ-गांभीर्य गंगौघाप्रमाणे आणि कल्पनाभांडार रत्नाकराप्रमाणे आहे.''

"पण काही झाले तरी काव्य हे काव्यच!'' कामशर्मा नाव धारण केलेला मदन म्हणाला, "अस्सलाची गोडी नकलेत येणार नाही. अमृतावरले काव्य वाचून अमृत प्याल्यासारखे कुणाला वाटेल काय?''

"नाही वाटणार हे खरे. पण काव्य हे स्वप्नासारखे असते. स्वप्नाचा आनंद जागृतीत मिळत नाही म्हणून कुणी दु:ख करीत बसत नाही. दवबिंदूंची माळ करून गळ्यात घालता येत नाही, इंद्रधनुष्यातल्या रंगांत कुंचले बुडवून चित्रे रंगवता येत नाहीत किंवा फुलांचा सुगंध साठवून त्याची अत्तराप्रमाणे कुपी तयार करता येत नाही. म्हणून या सुंदर वस्तूंपासून मिळणारा आनंद कुणी कमी मानला आहे का?''

"महाराजांचे बोलणे काव्यमय आहे खरे. पण काव्याची खरी गोडी ते प्रत्यक्ष अनुभवण्यातच असते. काव्यात सुंदर स्त्रीचे वर्णन वाचणे निराळे आणि तिचा प्रत्यक्ष सहवास-''

"कामशर्मा, कवी वेडे असतात असे म्हणतात ते मला तुमच्या

बोलण्यावरून खरे वाटायला लागले आहे. काव्य मनुष्याच्या मनाचे खाद्य आहे; शरीराचे नाही. मग शारीरिक गोष्टीशी त्याचा संबंध जोडणे म्हणजे देवाच्या दगडी मूर्तीचा उपयोग सुपारी फोडण्याकडे करण्यासारखा नाही का?''

''आपल्या हुजऱ्याची बायको खरोखर अप्सरेसारखी आहे.''

''आणि म्हणूनच तिच्यावर हे काव्य करायची स्फूर्ती तुम्हाला झाली.''

''हे काव्य जर महाराजांना इतके आवडले तर प्रत्यक्ष ती मिळाल्यावर-''

''कामशर्मा, तुम्हाला आमच्या दरबारात राहायचं असेल तर असले भलतेसलते मुळीच बडबडू नका.''

''नाजूक शब्दांपेक्षा लुसलुशीत ओठ, सुंदर अर्थापेक्षा गोड मिठी-''

''पुरे झाला तुमचा हा पांचटपणा. काव्याचे कमळ पापाच्या चिखलात उगवत असेल तर मला त्या कमळाची मुळीच जरूर नाही.''

''महाराज समुद्रात बुडून कोरडे राहणे आपल्याला कसे आवडते हेच मला कळत नाही. परस्त्रीवर नजर ठेवणे हे इतरांच्या बाबतीत पाप असेल, पण राजाच्या बाबतीत तो त्याने दिलेला मानच म्हटला पाहिजे.''

''तुमच्या तोंडाला लागण्यात हशील नाही. उद्या प्रजेला उपाशी ठेवून राजाने पंचपक्वान्ने खावी असाही उपदेश तुम्ही करू लागाल. राजा भोगासाठी जन्माला आलेला नसतो; त्याचा जन्म त्यागासाठी असतो हे विसरू नका. माझ्या राज्यात प्रत्येकाला ज्याप्रमाणे काम करून पोटभर अन्न खायला मिळते आहे, त्याप्रमाणे सुरूप स्त्रियांना आपले शील सांभाळून सुखाने संसार करता येत आहे. राजासारखी प्रजा होत असते. मीच माझे शील सोडले.—''

''त्याचा हा पुरावा वाटते?'' राणी रसवंती रागारागाने हातपाय आपटीत तेथे आली व एक चित्र राजापुढे धरून म्हणाली.

''अगं वेडे! एक सुंदर चित्रदेखील सहन होईनासे झाले का तुला?''

''काही नको साखर पेरायला. जिभेवर साखर न् मन विषाचे आगर! माझ्यावर आपले प्रेम आहे हे दाखविण्याकरिताच कुणा कवटाळणीची ही तसबीर उशाखाली लपवून ठेवली होती वाटते?''

राणीचा राग पाहून मदनाला मनातल्या मनात गुदगुल्या होत

होत्या. चित्राविषयी तिच्या मनात उत्पन्न झालेला हा मत्सराग्नी राजाच्या पुरुषी बेपर्वाईने भडकतच जाणार असा त्याचा अंदाज होता.

"केवळ कला म्हणून या कामशर्म्यांनी दिलेले चित्र मी उशाखाली ठेवले" पुष्पराज म्हणाले.

"कला! चांगली पासष्टावी कला दिसतेय ही! मी झाले असेन आता नावडती."

"यात आवडती-नावडतीचा काय प्रश्न आहे? आकाशातला चंद्र उत्सुकतेने पाहिला म्हणून घरातला नंदादीप काही कोणी मालवून टाकीत नाही."

"सगळं कळलं आहे मला. आली सवत, बसा रडत अशातील मी नाही हं"

राणीच्या निर्मल मनात मत्सराने विष कालविले आहे हे राजेसाहेबांनी ओळखले. राणीच्या मनातला हा संशय अरण्यातील वणव्याप्रमाणे भडकत गेला तर आपल्यावर असलेल्या प्रजेच्या प्रेमाची राखरांगोळी होईल हे ते जाणून होते. तिच्या मनातला किंतू नाहीसा करण्यासाठी त्यांनी ते सुंदर चित्र हातात घेतले व एक शब्दही न उच्चारता त्याचे फाडून तुकडे करून टाकले.

राणीच्या मनात क्रोध निर्माण करण्याचा मदनाचा प्रयत्न अशा रीतीने निष्फल झाला. राजदरबारातील कितीतरी तरुण-तरुणींपुढे स्वैरप्रेमाचे त्याने पोवाडे गायले. पण 'यथा राजा तथा प्रजा' हे सर्वांचे आद्यसूत्र असल्यामुळे त्याची डाळ मुळीच शिजेना. मोठमोठ्या मुनींना कामातुर करणाऱ्या आपल्या धनुष्याला पुष्पराजाच्या दरबारात य:कश्चित मनुष्यांपुढे नम्र व्हावे लागत आहे हे पाहून त्याला लज्जा उत्पन्न झाली. पण पुष्पराजाची राज्यव्यवस्थाच अशी होती की, पोटासाठी कुणालाही पाप करावे लागू नये. एखाद्या तरुणाच्या मनात एखाद्या वृद्ध सरदाराच्या बायकोविषयी अभिलाषा उत्पन्न करण्याचा कामशर्म्याने प्रयत्न केला की तो तरुण म्हणे, "माझ्या बायकोविषयी त्या स्त्रीच्या पतीने असला वावगा विचार मनात आणणे मला मुळीच आवडणार नाही. मग मी तरी तेच पाप कसे करू? आपल्या आईपेक्षा दुसरी अधिक सुंदर स्त्री आढळली तर तिला आपण आई म्हणायला लागू का? स्वत:च्या आईला टाकून

त्या स्त्रीची सेवा करायला आपण धावू का? जशी जगात आई एकच, तशी बायकोही एकच. जसा स्वधर्म तशीच स्वपत्नी.''

बिचारा कामशर्मा या उत्तरावर काय बोलणार? केव्हातरी संधी साधून तो सुंदर तरुणींची गाठ घेई व वैभवाची आणि विलासांची रसाळ वर्णने करून त्यांच्या मनात चलबिचल उत्पन्न करण्याचा प्रयत्न करी. तो म्हणे, ''तुमचे रूप पाहून स्वर्गातल्या अप्सरा लाजेने माना खाली घालतील, पण तुम्हाला या रूपाचा काही उपयोग आहे का? जग हा एक बाजार आहे. त्यात आपला माल जो जास्ती किमतीला घेईल त्याच्याशीच सौदा ठरविणे फायदेशीर असते.''

त्याच्या या निर्लज्ज तत्त्वज्ञानाला त्या तरुणींकडून मिळणारे रोखठोक उत्तरही मार्मिक असे. प्रत्येक तरुणी, म्हणे, ''माझ्या रूपाचा काय कमी उपयोग आहे? संध्याकाळी तिकडली स्वारी दमूनभागून आली म्हणजे मला पाहूनच आपले श्रम विसरते ना? आजारपणात मी जवळ बसले म्हणजे माझ्या तोंडाकडे टक लावून पाहत बसण्यातच स्वारीला आनंद होतो ना? आपले एकुलते एक मूल कुरूप आहे म्हणून आईने ते कधी टाकले आहे का? जसे मूल, जसा देव, तसाच पती.''

मदनाने आपल्या मदतीला वसंताला आणले होते. लोकांनी वासंतिक चांदण्याची मौज लुटली, तरुणांनी नव्या नव्या फुलांच्या माळा आपल्या प्रिय पत्नींना अर्पण केल्या, रमण-रमणींनी कोकिलांचे आलाप ऐकले व ते परस्परांच्या संभाषणाइतके गोड नाहीत असे ठरविले. मदनाच्या अपेक्षेप्रमाणे कुणाच्याही मनात पापाचा विचार उत्पन्न झाला नाही; मग हातून पाप होण्याची गोष्ट तर दूरच राहिली. मदन कंटाळला व त्याने विश्वकर्म्याला 'यंत्रकर्मा' या नावाने दरबारात आणून महाराजांचा व त्याचा परिचय करून दिला.

'यंत्रकर्मा' यातील यंत्र या शब्दावरून पुष्पराजाचा ग्रह त्याच्याविषयी प्रतिकूलच झाला. पण त्याचे मिठ्ठास भाषण व नव्या नव्या कल्पना ऐकून त्याने त्याला आपल्या पदरी ठेवून घेतले. यंत्राबद्दलचा विषय त्याच्या नावावरून सहजच दरबारात निघाला. महाराज म्हणाले, ''यंत्र म्हणजे दुसरे काही नाही. पूर्वीच्या पुराणांत ज्यांना राक्षस म्हणतात ती यंत्रेच होती. त्यांची शरीरे धिप्पाड, काम करण्याची शक्ती मोठी; पण त्यांना दयामाया मुळीच नाही. हृदयच नाही तिथे दयामाया कोठून

येणार? पूर्वीचे राक्षस माणसांना खाऊन टाकीत; हे यंत्ररूपी राक्षस त्यांना उपाशी मारून टाकतात.''

यंत्रकर्म्याला ही यंत्रांची निंदा कशी रुचणार? तो मोठ्या आवेशाने म्हणाला, ''महाराज, स्पष्ट बोलतो याची क्षमा असावी. आपण यंत्राविरुद्ध बोलता, पण आपले सर्व शरीर हे एक यंत्रच आहे हे आपण विसरता. ही सारी चराचर सृष्टी हेदेखील एक जगड्व्याळ यंत्रच नाही का? मग यंत्रे नकोत म्हणून आपण जगातल्या सगळ्या लोकांचे खून करून शेवटी आत्महत्या करणार की काय?''

''यंत्रकर्मन, तुझे बोलणे चातुर्याचे आहे, पण ते मला पटत नाही. जगातली कामे यंत्रांनी करावी अशी जर देवाची इच्छा असती तर पशुपक्ष्यांप्रमाणे त्याने यंत्रे जन्मालाच घातली असती.''

''म्हणजे देवाने जे जे सृष्टीत निर्माण केले आहे ते ते सगळे टाकाऊच समजायचे की काय? महाराजांना काव्य आवडते की नाही?''

''मी तर काव्याचा मोठा भोक्ता आहे. ईश्वराने सारी सृष्टीच काव्यमय करून ठेविली आहे. सूर्यचंद्र हे परमेश्वराचे दोन डोळे आहेत. पहिल्यातून सत्याचे किरण बाहेर पडतात व दुसऱ्यातून सौंदर्याच्या किरणांची वृष्टी होते. वर्षाकाळात चमकणारी वीज ही परमेश्वरी स्फूर्तीची प्रतिमाच आहे. फुलांमध्ये आपले हृदय, आकाशामध्ये आपला वर्ण, सागरामध्ये आपली वाणी, अशी वाटणी करून परमेश्वराने हे सृष्टकाव्य निर्माण केले आहे.''

''सृष्टी काव्यमय आहे म्हणून आपण मनुष्याने निर्माण केलेले काव्य मोठ्या आवडीने वाचायला तयार होता, मग सृष्टी यंत्रमय आहे हे जर मी सिद्ध केले तर मनुष्याने निर्माण केलेल्या यंत्राकडे आपण आपुलकीच्या दृष्टीने पाहाल का?''

''अवश्य!''

''मग जिला आपण काव्यमय सृष्टी म्हणून प्रेमाने जवळ करीत आहा तीच सृष्टी यंत्रमय आहे. पर्जन्य पडणे व त्या पर्जन्याची वाफ होऊन पुन्हा तिचे मेघ बनणे हे सृष्टीतले रहाटगाडगे म्हणजे मोठे यंत्रच नव्हे का? पृथ्वी स्वत:भोवती व सूर्याभोवती नियमाने फिरत असते तेव्हा तिला यंत्र म्हणायचे नाही तर काय म्हणायचे?''

''तुझे म्हणणे विचार करण्यासारखे आहे! पण-''

''पण काय?''

''यंत्रामुळे माणुसकी कमी होते. मनुष्य आजारी असताना त्याची आई किंवा बायको त्याच्या अंगावरून हात फिरवून त्याला औषध पाजते. त्याला आनंद होतो. उद्या अंगावरून हात फिरविणारे व औषध पाजणारे यंत्र निघाले म्हणून तोच आनंद त्याला होईल का?''

यंत्रकर्मा किंचित गोंधळला व तो वाद तेवढ्यावरच थांबला.

थोड्याच दिवसांनी राणी रसवंती आजारी पडली. राज्यातले सर्व धन्वंतरी व अश्विनीकुमार येऊन गेले. पण एकाच्याही औषधाने गुण येईना, अगर राणीच्या छातीतल्या वेदना कमी होईनात. वेदनांनी व्याकूळ होऊन राणी गुरासारखी ओरडू लागली म्हणजे पुष्पराज लहान मुलासारखे रडू लागत. अशाप्रसंगी रडण्याखेरीज मनुष्याच्या हातात दुसरे काय असते? एखाद्या झाडावर वीज कोसळत असताना दुसरे झाड त्याचे रक्षण कोणत्या प्रकाराने करणार! राजेसाहेब तासन् तास् राणीच्या अंथरुणापाशी बसत. तिने मान खांद्यावर टाकली म्हणजे आपल्या हालचालीने तिला त्रास होऊ नये म्हणून एखाद्या पुतळ्याप्रमाणे स्तब्ध राहत. पण दैवाला त्यांची दया आली नाही.

सर्व धन्वंतरींनी मिळून निदान केले. औषधांनी रोग हटायला कमीतकमी एक वर्ष लागेल असे त्यांनी राजेसाहेबांना सांगितले.

एक वर्ष! राजेसाहेबांची कंबरच खचली. राणीच्या वेदना पाहून तिच्या आजाराचे एक एक पळ आधीच त्यांना युगासारखे वाटत होते. अशा हालअपेष्टांत आपल्या लाडक्या रसवंतीने आणखी एक वर्ष काढायचे? आपले सबंध राज्य गेले तरी बेहत्तर, पण राणीचा रोग तत्काळ नाहीसा झाला पाहिजे असे ते म्हणू लागले.

अशा स्थितीत यंत्रकर्मा एक यंत्र घेऊन आला. त्या यंत्राच्या साहाय्याने रोग चार घटकांच्या आत बरा करता येईल असे त्याचे मत होते. राजेसाहेबांचे मन द्विधा झाले. आजपर्यंत सर्व प्रकारच्या यंत्रांना त्यांनी विषाप्रमाणे त्याज्य मानले होते. यंत्राच्या हातात आपली मान देणे म्हणजे स्वतःचा आत्मा पिशाचाला विकण्यासारखे आहे, हाही विचार त्यांच्या मनात आला. पण राणीच्या प्रकृतीपुढे यंत्राच्या बाबतीतल्या आपल्या प्रतिज्ञेची काहीच किंमत नाही असे मनात आणून व गुण आल्यास ते यंत्र देव म्हणून राजवाड्यातील देव्हाऱ्यात ठेवण्याचे

यंत्रकर्म्याला वचन देऊन राजेसाहेब यंत्रक्रियेची वाट उत्सुकतेने पाहू लागले.

यंत्राने आपले कार्य यशस्वी रीतीने पार पाडले. रसवंतीची प्रकृती झपाट्याने सुधारू लागली. यंत्राने एका क्षणात केलेल्या कार्याची राजेसाहेब वैद्यांच्या कामगिरीशी तुलना करू लागले. कुणीकडे एक वर्ष आणि कुणीकडे एक घटका! जाग्रणे नाहीत, पथ्ये नाहीत, गडबड नाही, काही नाही. त्यांच्या मनात आले खरोखरच यंत्र किती उपयुक्त असते! सूर्य हे ईश्वराचे यंत्रच आहे. त्याच्या प्रकाशाने जे काम होते ते हजारो पणत्या लावून कधीतरी झाले असते काय? पाऊस हेही परमेश्वरी यंत्रच आहे. हजारो विहिरी खणल्या म्हणून त्याच्या पाण्याला पावसाची सर कधीतरी येईल का?

राजेसाहेबांच्या मनोवृत्तीत फरक पडला. काहीबाबतीत तरी यंत्रे वापरणे चुकीचे नाही असे त्यांनी ठरविले. राणी नुकतीच आजारातून उठून नाना प्रकारच्या नवीन वस्तू मागू लागली होती. त्या सर्व वस्तू तिला द्यायच्या म्हणजे मोठा खर्च होता. तेवढा खर्च करायचा म्हणजे चालू खर्चाला कुठेतरी कात्री लावणे अवश्य होते. याबाबतीत यंत्रकर्म्याचा सल्ला घ्यावयाचे त्यांनी ठरविले. यंत्रकर्मा महालात येताच पुष्पराज म्हणाले, "यंत्रकर्मन, यंत्राविषयीचे माझे पूर्वीचे मत बदलले आहे हे तुला कळविण्यात मला आनंद वाटतो."

"हे ऐकून मलाही फार आनंद होतो महाराज."

"आणखीही अशी काही यंत्रे असतीलच तुझ्यापाशी."

"हो. वाटेल त्या प्रकारची आहेत. महाराजांच्या मुदपाकखान्यात शेदोनशे टोळभैरव उगीच धिंगाणा घालीत असतात. वाढायला आले म्हणजे तोंडात तंबाखूचा असा बार भरून येतात की, आपल्या तोंडावर थुंकण्याचा तर विचार नाही ना असा जेवणाराला संशय येतो. त्यांच्या त्रासातून महाराजांना मुक्त व्हायचे असेल तर मी स्वयंपाकाचे यंत्र तयार केले आहे ते महाराजांना दाखवितो."

"याला म्हणतात डोके."

"राजवाड्यात चिटपाखरूदेखील नसले तरी चालेल. केर काढण्याचे यंत्र, दिवे लावण्याचे यंत्र, बिछाने घालण्याचे यंत्र, झाडून सारी यंत्रे मी तयार केली आहेत."

"एक प्रेम करण्याचे यंत्रच तेवढे अद्याप तुला तयार करता आले नाही असे म्हणेनास!''

"महाराजांच्या चरणांच्या आशीर्वादाने तेदेखील लवकरच करीन असे म्हणतो.''

राणी नको नको म्हणत असताना राजवाड्यातले स्वयंपाकी, नोकरचाकर, दासदासी या सर्वांना रजा देण्यात आली. माणसांनी गजबजलेल्या त्या राजवाड्यात स्मशानाची भीषण शांतता पसरली. महालातील पलंग राणीला चितांप्रमाणे वाटू लागले. तिने नोकर-चाकर परत बोलवायला सांगितले; पण शिल्लक पडू लागलेल्या पैशाचा धूर आता राजाच्या डोळ्यांवर पूर्णपणे चढू लागला होता. त्याला राणीच्या डोळ्यांतली आसवे दिसली नाहीत.

स्वयंपाक्यांवर झालेला प्रयोग सैनिकांवरही झाला.

यंत्रकर्म्याने लढाऊ यंत्रे तयार करून ती पुष्पराजांना नजर केली होती. झारे आणि पळ्या हातात घेऊन पोटासाठी वणवण फिरणाऱ्या आचाऱ्यांप्रमाणे तलवारी हातात घेऊन सैनिक गल्लोगल्ली फिरू लागले. "आम्हाला काहीतरी काम द्या, यंत्रांनी आमच्या पोटावर पाय आणला आहे'' असे ते केविलवाण्या मुद्रेने म्हणू लागले की, लोक उत्तर देत, 'काम कसले देणार तुम्हाला? आमच्या बायकापोरांच्या माना थोड्याच कापावयाच्या आहेत!'

सैन्याप्रमाणे कारकुनांच्या फडावरही गदा आली. कारण यंत्रकर्म्याने हिशेब करणारी व नकला काढणारी यंत्रे शोधून काढली होती.

बेकार झालेले कारकुनांचे तांडेच्या तांडे रस्तोरस्ती दिसू लागले. त्यांना काम कसले व कोण देणार? ते इतरांना काम द्या म्हणू लागले की, एकादशीला शिवरात्र काय देणार अशा उत्तराने त्यांची बोळवण होई.

यंत्रकर्म्याने हजारो यंत्रांच्या जोरावर पुष्पराजाचे अठरा कारखाने अगदी निर्मनुष्य करून सोडले.

कमी खर्चाने सगळी कामे होत असल्याच्या आनंदात राजाला दुसरे काहीच सुचेना. राजवाड्यात एकान्तात बसून अश्रू ढाळणाऱ्या रसवंतीचीदेखील त्याला आठवण होईनाशी झाली. एखादेवेळी चुकून झालीच तर सुंदर स्त्रीचे स्मित दाखविणारे यंत्र यंत्रकर्म्याने तयार केले

होते, ते पाहून तो आपले समाधान करी. यंत्रांच्या नादाने राजाही यंत्र झालेला पाहून राणी कंटाळली व त्या यंत्रपुरीला सोडून माहेरी निघून गेली.

राणी निघून गेली त्याच दिवशी यंत्रकर्माही राजाला न कळविता गुप्त झाला.

दुसरे दिवशी राजाचे डोके दुखू लागले. रसवंतीने ते चेपावे असे त्याला वाटू लागले. तो विचार मनात येतो न येतो तोच डोके चेपणारे यंत्र यंत्रकर्म्याने तयार करून ठेवले आहे हे त्याला आठवले. त्याने इच्छा करताच यंत्र त्याचे डोके चेपू लागले, पण यंत्राचा स्पर्श त्याला कसासाच प्रेताच्या स्पर्शासारखा वाटू लागला. यंत्र आपले काम व्यवस्थित करीत होते, पण राजाला त्या डोके चेपण्यापासून आराम वाटेना. त्या चेपण्यात रसवंतीचा जिव्हाळा नव्हता.

घशाला कोरड पडली म्हणून त्याला सरबत प्यावेसे वाटले. लगेच दुसऱ्या एका यंत्राने सरबताचा पेला पुढे केला, पण त्या सरबताच्या पेल्याने राजाची तहान शांत झाली नाही. पेला हातात देताना काकणांचा मधुर आवाज कानांवर पडला नाही; हाताला कुणाचाही कोमल व शीतल स्पर्श झाला नाही.

राजाला कुणीतरी आपल्या अंगावरून हात फिरवावा असे वाटू लागले. तिसरे यंत्र हात फिरवू लागले. किती खरखरीत हात होता तो! कुणीकडे रसवंतीचा फुलासारखा हात आणि कुणीकडे यंत्राचा काटेरी हात!

राजाचा जीव गुदमरून गेला. 'रसवंती, रसवंती' म्हणत तो राजवाड्यातून सैरावैरा धावू लागला. पण रसवंती त्याला कुठून ओ देणार? पदोपदी त्याला यंत्रे मुजरा करीत होती, त्याच्याकरिता दरवाजे उघडीत होती, त्याच्यापुढे हात जोडून उभी राहत होती. यंत्रांच्या त्या त्रासाला कंटाळून राजा राजवाड्याबाहेर पडला. रस्त्यावर चिटपाखरूदेखील दिसत नव्हते. पहारेकऱ्याची कामे यंत्रे करीत होती, बागांत झाडांना पाणी घालण्याची कामे यंत्रे करीत होती, जिकडे तिकडे यंत्रेच दिसत होती. पुष्पराजाच्या त्या गजबजलेल्या राजधानीत एकही मनुष्य दिसत नव्हता. बिचारी प्रजा पोटाच्या पाठीमागे लागून परदेशी निघून गेली होती. राजाने मोठ्याने हाक मारली, 'रसवंती, रसवंती'. त्याच्या

हाकेला ओ कोण देणार? रसवंती येथे नाही म्हणून तरी त्याला कोण सांगणार?

राजाच्या डोळ्यांतून अश्रू वाहू लागले. ते पुसण्याकरिता एकही यंत्र पुढे आले नाही.

✳

दोन भास

"ड्रायव्हर-" मोटारीतली तरुणी ओरडली.

वेगाने धावणाऱ्या मोटारीच्या काचेतून रस्त्याच्या कडेला असलेली एक पांढरी शुभ्र रास तिला दिसली होती.

मोगरीच्या कळ्या-त्यांच्या त्या मंदमधुर सुगंधाच्या स्मृतीनेच तिच्या अंगावर आनंदाचे रोमांच उभे राहिले होते.

गाडी थांबताच तिने आपल्या नव्या मनीबॅगमधून एक रुपया काढला. ड्रायव्हरकडे तो फेकीत म्हणाली, "मोगरीच्या कळ्या घे."

मोठ्या चपळाईने तो रुपया झेलून ड्रायव्हर खाली उतरला.

लगेच परत येऊन हिरमुसल्या चेहऱ्याने तो म्हणाला, "बाईसाहेब-"

"फार महाग सांगतो का? रुपयाच्या घे!"

"मोगरीच्या कळ्या नाहीत त्या बाईसाहेब! चुरमुरे आहेत!"

तरुणीने जाता जाता त्या पांढऱ्या राशीकडे तिरस्काराने पाहिले.

याच वेळी गावाच्या दुसऱ्या टोकाला एक भिकारीण मंद पावलांनी चालली होती. प्रकाश दिसला की ती दचके. वस्त्रापेक्षा अंधारच आपल्या लज्जेचे अधिक चांगल्या रीतीने रक्षण करू शकतो, असा तिला दररोजचा अनुभव होता.

वखवखलेल्या डोळ्यांनी ती इकडेतिकडे पाहत होती. केळ्याची एक फुगीर साल तिला दिसली. तिला वाटले-कुणातरी श्रीमंताने अगदी उतरून गेलेले केळे रस्त्यावर फेकून दिले असावे! तिने लगबगीने ती साल उचलली. नखभरसुद्धा गर तिला नव्हता. साल फेकून देण्याकरीता तिने आपला हात वर उचलला, पण लगेच तिने ती साल आपल्या झोळीत टाकली.

दूर रस्त्याच्या कडेला चुरमुरे विकीत बसलेला एक मनुष्य तिला दिसला. ती चोरपावलांनी त्याच्यामागे जाऊन दूर अंतरावर उभी राहिली.

चुरमुरेवाला विडी पेटविण्याकरिता पलीकडे गेलेला पाहताच तिने एखाद्या गिधाडाप्रमाणे त्या राशीवर झडप घातली. भरलेली मूठ तिने तशीच तोंडात कोंबली. लगेच थू:ऽथू:ऽथू! करून तिने तोंडातला लगदा थुंकला. ते चुरमुरे नव्हते. मोगरीच्या कळ्या होत्या!

भिकारणीने जाता जाता त्या पांढऱ्या शुभ्र राशीकडे तिरस्काराने पाहिले.

✳

गवसणी

त्या वादकाचे सतारीवर आपल्या मुलीपेक्षा अधिक प्रेम होते.

मुलीचा पापा घेताना त्याला आपल्याभोवती चांदणे पसरले आहे असा भास होई, तिचे बोबडे बोल ऐकताना आपण नदी आणि सागर यांच्या संगमाचे संगीत ऐकत आहोत असे त्याच्या मनात येई.

पण सतारीच्या तारांचा स्पर्श होताच-त्या स्पर्शासरशी निघणारा अमृतमधुर स्वर ऐकताच तो स्वत:लाच विसरून जाई.

त्याच्या खोलीच्या समोरच एका सुंदर कुंडीत एक गुलाबाचे झाड होते. सतारवादनाला सुरुवात झाली की, त्याला भास होई-आपल्या हातात सतार नाही, एक सुंदर गुलाबाचे झाड आहे आणि ते झाड पळापळाला फुलांच्या राशी उधळीत आहे.

एके दिवशी समोरच्या कुंडीत फुलझाडाऐवजी रूक्ष काटक्यांचा एक सांगाडा तेवढा उभा आहे असे त्याला दिसले. त्याने चौकशी केली-गुलाबाच्या झाडाला कीड लागली होती.

त्याच्या मनात आले-आपल्या सतारीलाही असे काही झाले तर? धुळीने, हवेने, नाहीतर आणखी कशाने तरी-

सतार सुरक्षित ठेवण्याकरिता तिला गवसणी हवी हे त्याला तत्काळ पटले.

त्या सुंदर सतारीला शोभेल अशी सुरेख गवसणी त्याने शिवून घेतली.

सतारीच्या बोलात त्याला अप्सरांच्या नृत्याचा भास होई.

आणि गवसणीच्या रूपात त्याला नक्षत्रमंडित आकाश पाहिल्याचा आनंद होई.

तो मनात म्हणे-आकाश आणि अप्सरा! किती सुंदर संगम आहे हा! सतारीप्रमाणे गवसणीविषयीही त्याला एक प्रकारचा आपलेपणा वाटू लागला.

या आपलेपणामुळे एके दिवशी गवसणी काही केल्या सतारीपासून दूर होईना, तेव्हा तो तिच्यावर रागावला नाही. त्याने हसत हसत प्रश्न केला-

"आज स्वारी रुसली आहे वाटतं?"

"हं!" एवढाच कठोरसा उद्गार त्याच्या कानांवर पडला.

त्याच्या मनात आले-

गवसणी काय आणि सतार काय? दोन्ही स्त्रीजातीच्याच! दोन बायका गोडीगुलाबीने एके ठिकाणी नांदतील हे शक्यच नाही.

तो गवसणीला म्हणाला, "आज सतारीशी कडाक्याचं भांडणं झालेलं दिसतंय."

"हूं" पुन्हा एक कठोर उद्गार त्याच्या कानांवर पडला.

बायकांचा रुसवा दागिन्याने सहज दूर करता येतो असा त्याचा आजपर्यंतचा घरातला अनुभव होता. तो गवसणीला म्हणाला -

"आणखी सुंदर सुंदर फुलं घालून मिरवायची लहर आली आहे वाटतं तुला?"

"अं हं!" मघापेक्षा स्वरात अधिकच कठोरपणा होता.

"मग काय हवंय तुला?"

"तुम्ही सतार वाजविता तेव्हा सारे लोक तिच्याकडे बघतात- तिचीच स्तुती करतात. माझ्याकडे कुणी ढुंकूनसुद्धा बघत नाही!"

वादकाला मनातल्या मनात हसू येत होते. पण ते त्याने मोठ्या कष्टाने आवरले. गवसणी रागाने फणफणत म्हणाली, "आता केव्हाही सतार वाजविताना मी दूर होणार नाही. म्हणजे साऱ्या लोकांची नजर माझ्यावरच खिळून राहील."

गवसणी दूर न करता सतार वाजवायची!

मग शृंखला घातलेला कैदी सुंदर नृत्य करील- तळघरात कोंडून ठेवलेली वेल फुलून जाईल!

वादकाने समजूत घालण्याचा पुष्कळ प्रयत्न केला, पण गवसणी काही केल्या आपला हट्ट सोडीना.

वादक संतापला. त्याची वादनाची वेळ होऊन गेली होती. त्याने संतापाने गवसणी ओढून काढली; ओढता ओढता ती टर्रकन फाटली. त्याने रागाने ती कोपऱ्यात फेकून दिली.

सतारीच्या तारांना त्याने स्पर्श केला मात्र! त्यांच्यातून असे मधुर स्वर निघाले! ते स्वर म्हणत होते -

'गवसणी फाटली हे फार बरं झालं! अगदी कोंडमारा केला होता तिनं माझा! मोकळेपणानं इकडं-तिकडं बघावं म्हटलं तर जेव्हा तेव्हा तिचा आपला आडपडदा!

* * *

संध्याकाळी आकाशात कुणी गंधर्वाने मेघ-मल्हार आळवला.

पावसाचे रम्य दृश्य क्षणभर चमकून गेले.

दुसऱ्या गंधर्वाने भूप आळवला.

पश्चिमेकडच्या कुंजवनात चित्रविचित्र फुले फुलू लागली.

तिसऱ्याने दीपराग आळवला.

एका क्षणात आकाशात दीपमालिका दिसू लागल्या.

वादकाचे मन अननुभूत आनंदाने भरून आले. तो आनंद प्रकट करण्याकरिता त्याची प्रतिभा नाचू लागली.

त्याने आपल्या खोलीत पाऊल टाकले.

एका कोपऱ्यात फाटकी गवसणी पडली होती, दुसऱ्या कोपऱ्यात त्याची मुलगी सशाच्या पिलाप्रमाणे लपली होती.

पण त्याचे लक्ष कशाकडेच गेले नाही. तो थेट सतारीकडे गेला.

मांडीवर सतार घेऊन त्याने तिच्या तारांना स्पर्श केला मात्र -

निष्प्राण देहाचा स्पर्श होताच दचकून हात मागे घ्यावा, तसे त्याने केले.

त्याच्या पहिल्या स्पर्शाने पुलकित होऊन मधुर स्वर काढणारी ती सतार मुकी झाली होती. तिच्या तारा कुणीतरी -

समोरच्या कोपऱ्यातून एक मोठा हुंदका त्याला ऐकू आला.

धावत जाऊन त्याने मुलीला पोटाशी धरले. पण काही केल्या तिचे हुंदके थांबेनात.

ती त्या भग्न सतारीकडे पाहत होती आणि रडत होती.

वादक मुलीला पोटाशी धरून बाहेर जाऊ लागला.

पण त्याचे पाऊल जागच्या जागी थांबले!

कोपऱ्यातून सतार स्फुंदत म्हणत होती-

"मला गवसणीतच घालून ठेवा. गवसणी असती तर माझी अशी दुर्दशा-!"

दुसऱ्या कोपऱ्यातून उद्गार आले- "मघाशी एक गडी आला नि मला म्हणाला- उद्या सकाळी पोतेरे घालायला तुला नेतो! असे पोतेरे होऊन पडण्यापेक्षा मी सतारीला संभाळीन, हवी तेव्हा तिच्यापासून दूर राहीन-"

मुलीप्रमाणे बापाच्याही डोळ्यांत अश्रू उभे राहिले.

✴

सुंदर चित्र

खास अंकासाठी चित्राची मागणी! आणि तीही सर्वांत श्रेष्ठ अशा मासिकाकडून.

मग -

ब्रह्मानंद थोडाच निराळा असतो! शेतकऱ्यांच्या सुंदर मुलीला स्वतःच्या रूपाची जाणीव नसते असे नाही. पण राजपुत्र मागणी घालायला आला की, तिच्या अंतःकरणात आश्चर्याच्या लहरी उसळत नाहीत का? त्या तरुण चित्रकाराची स्थिती अशीच झाली.

त्याच्या मनश्चक्षूंपुढे भविष्यकाळातले एक गगनचुंबी मंदिर उभे राहिले. तो म्हणाला,

''या सुंदर मंदिराचा पाया आज आपल्याला भरायचा आहे. असं मोहक चित्र निघालं पाहिजे की-''

सकाळ-संध्याकाळ तो समुद्रतीरावर जाऊन बसू लागला, वद्य अष्टमीचा ऐन मध्यरात्रीचा चंद्रोदय त्याने पाहिला, टेकडीवरून दिसणाऱ्या भोवतालच्या यक्षभूमीचेही त्याने निरीक्षण केले; पण त्याचे मन कुठेच रमेना. भूक लागलेल्या तान्ह्या बाळाला ताई, काकी, मावशी यांनी कितीही कुरवाळले तरी त्याची किरकिर कशी थांबणार? त्याला आईनेच पदराखाली-

त्याच्या तृषित कला-दृष्टीला त्याची माता दिसली. शेतातल्या पायवाटेने जात असताना त्याने सहज उजवीकडे पाहिले. पेरे नुकतेच पुरे झाले होते. हिरव्यागार मळ्याच्या एका मधल्या भागात काही कबुतरे डौलाने बसली होती. लांबून पाहणाराला मधेच कुणीतरी पांढऱ्याशुभ्र फुलांच्या राशी करून ठेवल्याचा भास झाला असता.

चित्रकाराची पावले हळूहळू त्या बाजूला वळली. कबुतरे मधूनमधून माना मुरडून इकडे तिकडे पाहत होती. मधूनच चोचींनी काहीतरी टिपीत होती. हिरव्या गालिच्याच्या मध्यभागी चाललेल्या त्यांच्या नाजूक चाळ्यातले नृत्यकौशल्य पाहून चित्रकार मुग्ध झाला. उंच माडांची पार्श्वभूमी, नुकत्याच रुजलेल्या भाताचा सौम्य हिरवा रंग, पांढरीशुभ्र कबुतरे-किती सुंदर दृश्य! अमेरिकेच्या किनाऱ्यावर पाऊल टाकताना कोलंबसाला किती आनंद झाला असेल याची चित्रकाराला आता कल्पना आली.

आपण कवी नाही म्हणून त्याला वाईट वाटले. किती मनोहर दृश्य होते ते! निरभ्र आकाशात चमचम करणारा तारकापुंज, रमणीच्या पदरावर रुळणारी टपोऱ्या मोत्यांची माळ, कितीतरी सुंदर कल्पना त्या कबुतरांना पाहून त्याला सुचल्या! आपली चाहूल लागली की, कबुतरे भुर्रकन उडून जातील म्हणून तो थोडासा दूरच उभा राहिला.

त्याला वाटले- "हे दृश्य मला रेखाटता आले तर- किती नाजूक पाखरं! आणि त्यांच्या हालचाली तरी किती गोड! या सुंदर चित्राची मोहिनी-"

अपत्यहीन स्त्री गोजिरवाण्या मुलाकडे ज्या उत्कंठित दृष्टीने पाहते, ती या वेळी त्याच्या रसिक नेत्रात दिसत होती.

"हूः हूः हूः!" या कठोर उद्‌गारांनी त्याच्या कलासमाधीचा भंग झाला. कासटी नेसलेला एक काळा कुळकुळीत मनुष्य दुरूनच त्या कबुतरांना भिववीत चित्रकाराकडे येत होता. ते कर्कश स्वर ऐकून आपल्या समाधीचा भंग करणाऱ्या मनुष्याकडे एखाद्या कोपिष्ट ऋषीने पाहावे, त्याप्रमाणे चित्रकार त्या अडाणी मनुष्याकडे पाहू लागला. शेतकऱ्यासारखा दिसणारा तो मनुष्य जवळ येताच चित्रकार रागाने म्हणाला,

"अरे वेड्या-"

"मी येडो? आणि तू मातर शाणो नाय मोटो?" तो तिरसटपणाने म्हणाला.

"कशी छान बसली होती बिचारी पाखरं!"

"अगदी पोटोकरताच बसलली नाय ती?"

"चित्र काढणार होतो ना मी त्यांचं?"

"तुमचां चितार झाललां, पण माझी पोराबाळां मरतली होती, त्याचां?"

चित्रकार आश्चर्याने त्याच्याकडे पाहू लागला. तो मनात म्हणत होता, कलेला जीवन देणाऱ्या कबुतरांचा आणि या अडाणी मनुष्याच्या पोराबाळांच्या मरणाचा काय संबंध?

"खूळ लागलंय तुला-" तो उपहासाने शेतकऱ्याला म्हणाला.

"माका नाय, तुमकाच! इतको येळ मेरेर उभे व्हतास आणि एक पाखरू हांबडूंचा झालां नाय तुमच्या हातान्? कालच पेरलंय हो कुणगो! बीच जर खाल्लां कबुतरांनी, तर उपाशीच मरतीत ना माझी पोराटोरां?"

* * *

खास अंकात चित्रकाराचे त्याचे सुंदर स्थळाचे चित्र प्रसिद्ध झाले. ते सर्वांना आवडलेही. त्यातली कबुतरे मात्र डौलाने शेतात बसली नसून भिऊन भुर्रकन आकाशात उडत होती.

✽

ऋद्धी-सिद्धींचे स्वयंवर

"पोरींनो, मुलीच्या जातीला हट्ट शोभत नाही. तुमचा हा भलताच हट्ट मी चालू दिला तर लोक उद्या मला वर तोंड काढू देणार नाहीत." राजेसाहेब जरा रागानेच म्हणाले.

"लग्न व्हायचे आहे आमचे. लोकांचे नाही." ऋद्धी व सिद्धी एकदम फणकाऱ्याने म्हणाल्या.

"पण लोकगंगा खवळली म्हणजे फार भयंकर होते. तिच्या प्रवाहाविरुद्ध जाण्यात काय अर्थ आहे?"

"खवळू दे ती खवळली तर. दोन जुळ्या बहिणींनी एकच पती वरायचा म्हटले तर त्यात जगाचे काय जाते?"

ऋद्धी वडिलांच्या खांद्यावर मान टाकून म्हणाली.

"आम्ही दोघींनी एकत्र राहावे अशी देवाची इच्छा आहे. म्हणून तर त्याने आम्हाला जुळ्या बहिणी केल्या. बाबा ऋद्धीवाचून मला पळभर करमणार नाही. तिच्यावाचून मला पाऊल उचलणार नाही अगर सुग्रास गिळवणार नाही." सिद्धी डोळ्यांत पाणी आणून म्हणाली.

"नि माझ्या डोळ्यांतले पाणी तर मुळीच खळणार नाही. बाबा, आम्हा दोघींना एकाच ठिकाणी द्यायचे नसेल तर तुम्ही आमचे स्वयंवरच आरंभू नका. आम्ही आपल्या जन्मभर कुवारच राहू."

"ऋद्धी, उद्या तुझ्या मांडीवर मूल खेळू लागले म्हणजे पाठच्या सिद्धीची आठवणदेखील येणार नाही तुला!"

"ही कसली हो बाबा थट्टा करता तुम्ही? एका पर्वतातून निघणाऱ्या नद्या निरनिराळ्या समुद्रांना जाऊन मिळत असतील, एका वेलीची फुले निरनिराळ्या देवांवर जाऊन पडत असतील, पण एकाच आईच्या

पोटातून आलेल्या या ऋद्धीसिद्धी एकमेकींना सोडून कधीच दूर जाणार नाहीत.''

''मुलींनो, तुमचे हे एकमेकींवरील प्रेम पाहून मला फार आनंद होतो, पण बहिणीबहिणींनी सवतीसवती होणं हे जरा कसंसंच वाटतं.''

''बाबा, आमच्यासारख्या जुळ्या बहिणी काही एकमेकीच्या उरावर बसणार नाहीत. तुम्हाला अगदी शपथ घेऊन सांगते की, मी सिद्धीला अगदी पाठच्या बहिणीप्रमाणे वागवीन.'' ऋद्धी म्हणाली.

''आणि मीही वचन देते की, मी ऋद्धीच्या पावलावर पाऊल टाकूनच जाईन.'' सिद्धीने सांगितले.

* * *

सगळीकडे हत्तीवरून दवंडी पिटली गेली. ऋद्धी आणि सिद्धी यांचे महाराजांनी स्वयंवर मांडले आहे.

हे ऐकताच अविवाहित तरुणांची तर राहोच, पण अर्ध्या गोवऱ्या स्मशानात गेलेल्या वृद्धांचीसुद्धा धांदल उडाली. म्हातारे लोक दातांच्या नव्या कवळ्या घेऊन पुन्हा तरुण होऊ लागले. कलपांच्या व्यापाऱ्यांचा चांगलाच जम बसला. तरुण लोक नव्या नव्या पोशाखाच्या पद्धती, मिश्यांचे मासले आणि चाळिशींचे नमुने निवडू लागले.

स्वयंवराचा पण ऐकताच सर्वांच्या डोक्यावर वज्राघात झाला! प्रत्येक विवाहेच्छू पुरुषाने ऋद्धी-सिद्धीच्या दर्शनाला जावे व त्यांच्या पसंतीच्या अग्निदिव्यातून बाहेर पडावे अशी अट ठेवण्यात आली होती. ऋद्धी-सिद्धी सात पडद्यांआड बसल्या होत्या. त्या प्रत्येक पडद्यापाशी एक-एक दासी उभी असून त्या सर्वांना वाटेल त्याला परत हाकलून लावण्याचा अधिकार देण्यात आला होता. त्या दासींची नावे तरी किती विचित्र व बोजड होती! एक प्रयत्नवती तर दुसरी उत्साहवती!!

* * *

स्त्री आणि त्यातून राजकन्या म्हणजे ती सुंदर वेष व मौल्यवान अलंकार यांच्या जाळ्यात अडकलीच पाहिजे असा बहुतेकांचा समज होता, पण नंदीबैलाप्रमाणे नटूनथटून गेलेल्या असाधारण वरांना बहुतेक पहिल्या दरवाजावरच वाटाण्याच्या अक्षता मिळत. पण त्यापैकी दोघे दासींचा डोळा चुकवून म्हणा वा त्यांच्या हाताला काहीतरी लावून म्हणा, आतपर्यंत कसेबसे गेले. एकाचा पोशाख नुसता जरीचा होता

तर दुसरा जडजवाहिराने फुललेला होता. आपणा दोघांनाच ऋद्धी-सिद्धी माळ घालणार अशा घमेंडीत ते त्यांच्यापुढे जाऊन उभे राहिले. रंगभूमीवरील राजपुत्रालाही मागे सारणारे त्यांचे पोशाख व अलंकार पाहून ऋद्धीने एकदम प्रश्न केला,

"तुम्ही दोघे एखाद्या नाटक मंडळीत आहात वाटते?"

पोशाखे - छे: छे: छे: मी नाटके पाहायला जातो नेहमी! पण तोंडाला रंग फासून नाचणं नाही बुवा आपल्या हातून होणार. रंगभूमीवर किती वेळ तिष्ठत उभे राहावे लागते; हातवारे करावे लागतात; तोंड इकडेतिकडे फिरवावे लागते! असला शरीर हलविणारा व्यायाम जर मी करू लागलो तर माझे सगळे कपडे घामाने घाण होतील ना!

जवाहिरे - पोशाख्याने अगदी बरोबर सांगितले! नटांना केवढ्या मोठ्याने ओरडावे लागते. आवाज बसेल या भीतीने नोकराचाकरांवरदेखील मी कधी ओरडत नाही! अहो, स्वप्नात भिऊन ओरडलो तरी तोही त्रास होऊ नये अशाच बेतानं ओरडतो मी!

सिद्धी - हात, पाय, तोंड, ही मुळीच चालवायची नाहीत असा तुम्ही बेत केला आहे की काय?

पोशाखे - माणसाला जरूर काय आहे या नाजूक गोष्टी चालवीत बसण्याची? ताटापासून तोंडापर्यंत हाताला जी एकसारखी ये-जा करावी लागते त्यामुळेच तो कसा वाळून गेला आहे पाहा! लग्न झाले की बायकोकडून भरवून घ्यायची श्रीमंती चालच मी अमलात आणणार!

जवाहिरे - तोंडाचीही तीच दुर्दशा! अन्न चावताना, गिळताना त्याला फार श्रम होतात. माणसाने दिवसातून शंभरापेक्षा जास्ती शब्द तोंडातून बाहेर काढता कामा नये असा कायदा जर राजकन्या वडिलांच्या कडून करवून घेतील तर फार बरे होईल.

ऋद्धी - तोंड, हात, पाय यांच्याप्रमाणे डोकेही चालविण्याच्या विरुद्ध तुम्ही दोघे असालच.

पोशाखे - अलबत, 'सर्वेषु गात्रेषु शिरः प्रधानम्!' पाय आणि हात यांची जिथे आम्ही इतकी काळजी बाळगणार, तिथे डोक्याला असे जपू की, तसे जपण्याची कल्पनासुद्धा कुणाच्या डोक्यात येणार नाही.

जवाहिरे - मी चांगला वैदिक घराण्यातला आहे. माझा बाप

दशग्रंथी होता; पण वेदपठनाच्या वेळी डोके एकसारखे वर खाली होणार म्हणून वेदांतले एक अवाक्षरदेखील मी शिकलो नाही.

सिद्धी - व्यायामाची कितपतशी आवड आहे तुम्हाला?

पोशाखे - पृथ्वीमोलाचा पोशाख शरीरावर असल्यावर शरीरसंपत्तीची पर्वा कोण करतो? मनुष्य रेड्यासारखा माजला म्हणून अंगावर झूल घातलेल्या नंदीबैलासारखा तो कधी शोभिवंत दिसेल का?

जवाहिरे - अंगात हत्तीचे बळ अगर गेंड्याचा चिवटपणा असला म्हणजे मनुष्य मोठा होतो असे मला मुळीच वाटत नाही. तो कसा फुलपाखरासारखा नाजूक दिसला पाहिजे.

पोशाखे - शिवाय आम्ही व्यायाम करीत नाही असे नाही. माझा व्यायाम सर्वांगाला पोषक असाच आहे.

ऋद्धी - कोणता बरे तो?

पोशाखे - हा भारी पोशाख सदैव अंगावर घालून फिरणे हा.

सिद्धी - किमतीने भारी, पण वजनाने हलकाच आहे हा!

पोशाखे - हातातल्या करेल्यापेक्षा एकावर एक असे जरीचे पंचवीस कपडे अंगावर घालणे अधिक शक्तीचे लक्षण नाही काय?

जवाहिरे - माझ्या व्यायामाबद्दल तर प्रश्नच नाही. हे अंगावरलं जडजवाहीर लेच्यापेच्या मनुष्याला मुळीच झेपायचं नाही.

ऋद्धी - चला तुम्ही आता परत.

पोशाखे - जिंकले ना आम्ही स्वयंवर?

ऋद्धी - तुमचं पुन्हा तोंडदेखील पाहायची आमची इच्छा नाही. आईबापाच्या पैशावर चैन करणाऱ्या आयत्या बिळातील नागोबावर प्रेम करण्याकरिता या ऋद्धी-सिद्धी जन्माला आल्या नाहीत. प्रयत्नवती, यांना हाकलून दे पाहू एकदम. मेले दगड व्हायचे ते चुकून माणसांच्या जन्माला आले आहेत.

हा हुकूम ऐकताच पोशाखे व जवाहिरे पळू लागले. पण त्यांच्या धावण्याची गती मुंगीच्या चालीपेक्षा काही मोठी नव्हती!

* * *

आलस्यराज व उद्यम या दोघांखेरीज गावातले सर्व तरुण येऊन गेले; 'पण ऋद्धी-सिद्धींकडे कोणाचीच डाळ शिजली नाही. पहिली स्वारी 'आज जाऊ, उद्या जाऊ' अशा विचारामुळे आली नाही, तर

दुसऱ्याला आपल्या कामाखाली लग्नाचा विचार करायला फुरसतच मिळाली नाही. आपण व उद्यम यांच्याखेरीज सर्वांची निराशा झालेली आलस्याने ऐकताच आजपर्यंत कधी न शिवलेली आशा त्याच्या मनात उत्पन्न झाली. उद्यमाला एकीने माळ घातली तर दुसरी आपल्याच पदरात पडणार अशा खात्रीने तो ऋद्धी-सिद्धीच्या दर्शनाला निघाला. डोळे अर्धवट उघडले आहेत, तोंड मधूनमधून जांभया देत आहे, पावले झिंगलेल्या मनुष्याप्रमाणे कशीतरी पडत आहेत, अंगावरील वस्त्रे वावटळीत उडणाऱ्या पानाप्रमाणे दिसत आहेत, अशा स्थितीत आलस्याची उद्यमाशी दारातच गाठ पडली. उद्यमाच्या एका हातात हातोडी, चाती इत्यादी आयुधे होती. त्याचा कसलेला काचा पाहून आलस्य म्हणाला,

"अरे वेड्या, तू बायको मिळवायला निघाला आहेस की शत्रू जिंकायला? इथं करवतीवर तिला कापायची आहे की, हातोडा तिच्या डोकीत घालायचा आहे? वेडा रे वेडा! अगदी याच पावली परत जा नि माझ्यासारखा पोशाख करून ये म्हणजे ऋद्धी नाही तर सिद्धी तरी तुला मिळेल."

उद्यम काहीच बोलला नाही.

पण आलस्याकडे पाहून त्याने मंद स्मित मात्र केले.

पहिला दरवाजा आशावतीचा होता; त्यातून दोघेही आत गेले. पण उत्साहवतीच्या दुसऱ्या दरवाजावर उद्यमाला सन्मानाने वागविण्यात आले; उलट आलस्याला अर्धचंद्र मिळाला. आपण मागे पडलो असे पाहून आलस्य ओरडला,

"अरे नागऱ्या, अरे करवत्या, अरे हातोड्या-भात्याचात्या, मला ही दासी सोडीत नाही की रे!"

उद्यमाला हसू कोसळले व आलस्याबद्दल रदबदली करून तो त्याला आत घेऊन गेला. प्रत्येक दरवाजावर असाच अनुभव घेत गाड्याबरोबर नळ्याला यात्रा घडावी त्याप्रमाणे ऋद्धी-सिद्धींसमोर आलस्यराज उद्यमासह जाऊन उभा राहिला.

ही परस्परविरोधी दोन चित्रे पाहताच ऋद्धीसिद्धीही स्तंभित झाल्या. आलस्यराज पहिल्यांदा बोलतील या कल्पनेने उद्यम स्वस्थच होता; पण जांभया देण्याशिवाय त्याला बोलायला फुरसत सापडणे शक्य

नव्हते. हे पाहून उद्यमानेच शेवटी संभाषणाला सुरुवात केली.

उद्यम - आम्ही दोघे स्वयंवरासाठी आलो आहोत.

ऋद्धी - स्वयंवराला हातोडी कशाला आणलीत?

उद्यम - भावी वधूला माझ्या पुढील वैभवाची कल्पना यावी म्हणून -

सिद्धी - ऋद्धी-सिद्धीसारख्या राजकन्या एखाद्या नांगऱ्याच्या, लोहाराच्या अगर सुताराच्या गळ्यात माळ घालतील का कधी?

आलस्यराज - उद्यमा, पाहिलास हा तुझ्या हातोडीचा प्रताप?

उद्यम - राजकन्ये, उद्यमाच्या घरी ऋद्धी-सिद्धीसारख्या राजकन्यांनाही पाणी भरावे लागले. प्रेम हा जसा स्त्रियांचा त्याप्रमाणे पराक्रम हा पुरुषांचा जन्मसिद्ध हक्क आहे.

ऋद्धी - पराक्रम दाखवायला तलवार आणायची बरोबर!

उद्यम - तलवार जगाच्या दु:खात भर घालते; पण नांगर सुखात भर घालतो! रक्ताचे पाट वाहवण्याच्या पराक्रमापेक्षा पाण्याचे पाट काढून शेते पिकविणे व अन्नपूर्णामाईला प्रसन्न करणे हा मला पुरुषार्थ वाटतो. परराज्यातील निरपराधी लोकांना वाकविण्यापेक्षा लोखंड वाकविणे, गोरगरीब लोकांना क्षुल्लक अपराधासाठी फासावर चढविण्यापेक्षा त्यांना वस्त्रे पुरविण्याकरिता सूत काढणे, घरे आणि नगरे बेचिराख करण्यापेक्षा ती सुंदर रीतीने बांधणे हेच मला अधिक महत्त्वाचे वाटते.

आलस्यराज - वेड्या, असे करशील तर उरी फुटून मरशील की रे!

उद्यम - निरुद्योगी जिण्यापेक्षा उद्योगाने उरी फुटून आलेले मरण हजार पटीने श्रेष्ठ असते.

आलस्यराज - राजकन्यांनो, असा मरणाला सुखासुखी कवटाळणारा नवरा कोणती शहाणी सौभाग्यकांक्षिणी पत्करेल ते तुम्हीच मला सांगा. मला फार बोलणे आवडत नाही. म्हणून -

ऋद्धी - आवडत नाही की झेपत नाही?

सिद्धी - तुमची काही माहिती तर आम्हाला सांगा.

आलस्यराज - हा आलस्यराज नुसता ताटावरून पाटावर करणारा आहे. माझे धैर्य एवढे मोठे आहे की, प्रत्यक्ष गंगा माझ्यावर आली तरी

बुडून जाण्याची भीती न बाळगता मी जागच्या जागी निजूनच राहीन.

सिद्धी - व्यायामबियाम काही करता की नाही?

आलस्यराज - हो, झोप उडून गेली म्हणजे या कुशीवरून त्या कुशीवर आणि त्या कुशीवरून या कुशीवर सारखा होत असतो.

सिद्धी - एवढाच?

आलस्यराज - शिवाय जांभया देणे, हातपाय ताणणे, चुटक्या वाजविणे इत्यादी व्यायामही मी नेहमी घेत असतो.

ऋद्धी - तुम्ही राजकन्यांना मागणी घालायला आला आहात. तेव्हा श्रीमंत बायको संभाळण्याइतका विपुल पैसे मिळविणारा उद्योग तुम्ही करीत असालच!

आलस्यराज - छट्! उद्योगाचे न् माझे तर हाडवैर आहे. मी स्वयंवराला आलो आहे तो केवळ घरजावई होण्यासाठी.

ऋद्धी - तुम्ही काही या उद्यमाच्या पासंगालादेखील लागणार नाही आमच्या मताने!

आलस्यराज - मी कुठे आणली आहे हातोडी? राजकन्यांची ही लहर माहीत असती तर सूळसुद्धा घेऊन आलो असतो बरोबर.

सिद्धी - फार बरं झालं असतं तसं केलं असतं तर. तुम्हाला इथून परत जायची तसदीच पडली नसती.

आलस्यराज - म्हणजे दोघीही माळ घालणार होता?

ऋद्धी - छे! छे! सूळ आणला असता तर त्याच्यावर चढवून परत जाण्याची तुमची कटकट वाचविता आली असती.

आलस्यराज - अरे बापरे! या माझ्या हातावरल्या रेषा तरी पाहा. भाग्यरेषा मोठी चांगली आहे असे ज्योतिषीबुवांनी सांगितले आहे.

ऋद्धी - पण तुमच्या तळहातापेक्षा उद्यमाचे मनगटच अधिक भाग्यवान आहे. आलस्यराज, हात जोडून बसणाराच्या हातावरल्या रेषा त्याला कसा हात देणार? बायका पुरुषाच्या कपाळापेक्षा छातीकडे न् तळहातापेक्षा मनगटाकडेच अधिक पाहतात. मी उद्यमदेवांनाच माळ घालणार.

आलस्यराज - ऋद्धी उद्यमाला मिळाली तर सिद्धी मला मिळायला काय हरकत आहे!

सिद्धी - असे कधीच होणार नाही. ऋद्धीपेक्षाही सिद्धीसाठी मोठी

तपश्चर्या करावी लागते. मीही उद्यमदेवांनाच वरणार.

ऋद्धी-सिद्धीच्या मध्ये उभ्या राहिलेल्या साध्या वेषातल्या उद्यमाला पाहून त्याला खाऊ की गिळू, असे आलस्यराजाला झाले. पण ते करण्याकरिता तरी तोंड उघडण्याची तसदी कोण घेणार?

स्वारी डोळे चोळीत स्वस्थ उभी राहिली.

❇

तृणांकुर

१. हृदय

आपल्या अंगच्या निर्मळपणाचा त्याला मोठा अभिमान वाटे. गवताच्या चिमण्या पातीने कुठे डोके वर केले तर तेसुद्धा तो तत्काळ छाटून टाकी. पलीकडच्या झाडाची पाने मधूनमधून अंगणात पडत. पण लगेच ती वेचून तो बाहेर फेकून देई.

पण पुढे पुढे त्याला ते अंगण ओके वाटू लागले. ते निर्मळ असले तरी त्याला आनंद होईना.

एके दिवशी त्याला एक लहर आली. एक मोगरीची वेल त्याने अंगणाच्या कोपऱ्यात लावली. आपल्या निर्मळ मनाचे समाधान करताना तो म्हणाला,

''जाऊ दे तेवढा कोपरा! श्रीमंत मनुष्याने थोडेतरी दान करायला नको का?''

मोगरीला कळे आले. तो दुरूनच त्याच्याकडे पाही. कळे फुलले. आता मात्र त्याला दूर राहवेना. जवळ जाऊन त्याने ती मुग्ध फुले हळूच हातात घेतली. न कळत अंगणाकडे त्याची पाठ झाली. सुवासाने धुंद झालेल्या त्याच्या मनाला अंगणात गळून पडलेल्या पानाचा आवाज ऐकूही आला नाही.

२. क्षितिज

पृथ्वी आणि आकाश!
दोन्ही सुंदर! पण एकमेकांपासून किती दूर!
कवीच्या कल्पनेला हे दूरत्व बोचू लागले. कुठेतरी आकाश आणि

पृथ्वी यांचे मीलन झाले असेल असे त्याला वाटू लागले. पण पृथ्वीप्रदक्षिणा करूनही हे मधुर दृश्य त्याला पाहायला मिळाले नाही.

त्याच्या कल्पनेने क्षितिज निर्माण केले. पृथ्वी आणि आकाश यांच्या मधुर मीलनाचे स्थान म्हणून त्या रेषेकडे तो बोट दाखवू लागला. अनेकांनी कवीच्या प्रतिभेचे कौतुक केले.

पण एका अडाणी माळ्याला ही कल्पना पटेना. पृथ्वी आणि आकाश ही जिथे एकमेकांना भेटतात त्या क्षितिजाकडे स्वतःबरोबर येण्याचा तो कवीला आग्रह करू लागला. कवी म्हणाला,

''दुरूनच पाहिले पाहिजे ते.''

माळ्याने पृथ्वी आणि आकाश यांची भेट प्रत्यक्ष दाखविण्याचे कबूल करताच कवीचे नवरस आटून गेले. त्याच्या म्हणण्याचा अर्थच कळेना त्याला.

माळ्याने त्याला आपल्या बागेतील एका सुंदर आम्रवृक्षाखाली नेले. झाडावरील एका पिकलेल्या मोहक आंब्याकडे त्याने बोट दाखविले.

कवी क्षणभर गोंधळला, दुसऱ्याच क्षणी त्याला वाटले, आपल्यापेक्षा माळ्याचे म्हणणेच खरे आहे. पृथ्वी आणि आकाश यांच्या मीलनाचे मधुर फळच आहे हे!

३. शहाणे मेंढरू

टेकडीवर मधेच खड्डा होता तो! अवतीभोवतीच्या हिरव्यागार पानांकडे पाहत धावणाऱ्या मेंढरांना तो कसा दिसावा?

सर्वांत पुढचे मेंढरू एकदम तोल जाऊन आत पडले. त्याच्या मागल्याला वाटले- या खड्ड्यातच काहीतरी विशेष असले पाहिजे. त्याने मागेपुढे न पाहता आत उडी टाकली.

एक-दोन-तीन-चार-पाच.

हळूहळू खड्डा भरून आला असल्यामुळे इतर मेंढरांच्या अंगावरून धडपडत कसेबसे ते पलीकडल्या बाजूला लागले.

लगेच ते मागे वळून म्हणाले,

''मूर्ख कुठली! वाटेतला खड्डासुद्धा दिसत नाही का?''

४. युगांतर

आद्ययुगातल्या ऋषींना स्फूर्ती झाली. परमेश्वराचे स्वरूप पाहण्याचा त्याच्या प्रतिभेने प्रयत्न केला. वेद जन्माला आले. मात्र परमेश्वराविषयी 'नेति नेति' एवढेच ज्ञान त्यांना झाले!

जनता विस्मयाने म्हणाली,

"खरे तत्त्वज्ञान ते हे!"

मध्ययुगातल्या सज्जनांना स्फूर्ती झाली. परमेश्वराचे स्वरूप पाहण्याची प्रतिज्ञाच केली त्यांनी. मग काय? दगड देव बनला; वानर ईश्वर झाला. परमेश्वर जळी, स्थळी, काष्ठी, पाषाणी आहे असे ज्ञान त्यांना झाले.

जनता आनंदाने उद्गारली,

"खरी भक्ती ती ही!"

"विज्ञानयुगातल्या शास्त्रज्ञांना स्फूर्ती झाली. दगडापासून वानरापर्यंत सर्वांच्या जीवनावर आपल्या शोधांचा प्रकाश त्यांनी पाडला. पण त्यात परमेश्वर कुठेच दिसेना. ते तुच्छतेने म्हणाले,

"नेति नेति."

जनता क्रोधाने किंचाळली,

"नास्तिक, नास्तिक!"

५. रम्य बालपण

फिरायला निघालेली ती तीन मंडळी क्षणभर मुग्ध झाली.

आमराईत कोकिळा गात होती 'कुहू कुहू!' पाच वर्षांचा मुलगा नाचत नाचत गाऊ लागला 'कुहू कुहू.'

तिशीतल्या तरुणाने हातातल्या वेताच्या छडीने जमिनीवर ताल धरीत गुणगुणायला सुरुवात केली -

"अवेळ तरिही बोल, कोकिळे-"

साठी उलटलेले आजोबा आपला दांडा खणकन वाजवून म्हणाले,

"चला लवकर, फिरून यायला उशीर होईल फार."

दुसऱ्या दिवशी संध्याकाळी हीच मंडळी आमराईजवळून जात होती. वानरांचा एक मोठा कळप 'ख्याक खाक' असा कर्णकटू स्वर काढीत झाडांवरून इकडेतिकडे नाचत होता.

आजोबा न थांबताच पुढे गेले. तरुणाने त्या दात विचकणाऱ्या वानरांकडे तिरस्काराने पाहिले आणि छडी फिरवीत तो पुढे चालू लागला.

क्षणभराने तो वळून पाहतो तो बाळ मागेच राहिलेला! तो ओरडला,

"अरे चल लवकर-"

त्याला उत्तर मिळाले,

"हुप्प! हुप्प."

६. निसर्ग आणि मनुष्य

घरामागच्या गवतात फिरायची नि नाचायची फार हौस होती त्याला! त्याची आई नेहमी म्हणे,

"बाबा गवतात असं नाचू नये!"

"का?" तो धिटाईने प्रश्न करी.

"गवतात साप लपून बसलेले असतात!"

आता गवतात खेळायला जाताना तो हातात एक काठी घेऊन जाऊ लागला.

एके दिवशी त्या मऊ मऊ हिरवळीवर नाचता नाचता त्याने चटकन आपला पाय वर उचलला. त्याला वाटले- आपल्याला सापच चावला. पण त्याने पाय उचलून पाहिला मात्र - आपल्या पायात एक भलामोठा काचेचा तुकडा शिरला आहे, असे त्याला दिसून आले.

त्याला आठवले- काही दिवसांपूर्वी कंदिलाची काच फुटली होती. तिचे तुकडे खिडकीतून त्याने स्वतःच बाहेर गवतात फेकून दिले होते.

७. एक झाड

वृक्षावरल्या फुलांचा सुगंध दशदिशांत दरवळू लागला.

मार्गाने जाणारा प्रत्येक प्रवासी त्या सुवासाने मुग्ध होऊन क्षणभर थांबल्यावाचून पुढे जातच नसे.

वृक्षावर पिकू लागलेल्या फळांच्या वासाने मोहून जाऊन विविध रंगांची पाखरे किलबिल करीत त्याच्याभोवती नाचू लागली.

फळाफुलांना स्वर्ग दोन बोटे उरला.

* * *

प्रत्येक दिवशी सकाळी माळी त्या झाडांच्या मुळांना पाणी घाली. एकदा फुले त्या माळ्याला म्हणाली,

''माळीदादा, अगदी वेडा आहेस तू! तिथे खाली मातीत पाणी कशाला ओततोस? झारीनं आमच्यावर तुषार उडीव. म्हणजे ते मोत्याप्रमाणे चमकत राहतील!''

फळांनीही तोच हट्ट धरला. त्यांना वाटले- वेड्यावाकड्या, रंगरूप नसलेल्या आणि अष्टौप्रहर मातीत लोळणाऱ्या मुळांना काय म्हणून अभिषेक करायचा?

माळ्याने आपल्या पाण्याने फुले आणि फळे शिंपायला सुरुवात केली.

* * *

पाणी मिळत असूनही फुले कोमेजली, फळे सुकू लागली.

शेवटी ती माळ्याला विनवून म्हणाली,

''माळीदादा, मातीतल्या या मुळांनाच आधी पाणी घाला! ती जगली तरच आम्ही जगू!''

८. पाऊस

आकाशात काळ्या ढगांचे समुदाय जमू लागले. जणूकाही शिलंगणाच्या स्वारीकरिता सज्ज केलेले हत्तीच होते ते!

मेघगर्जना झाली, नौबत झडू लागली, वीज चमकली; गजराजाच्या मस्तकावर ध्वज झळकू लागला. सीमोल्लंघनाकरिता स्वर्गातले सर्व देव सज्ज झाले होते. त्यांनी लुटलेले सोने पावसाच्या रूपाने पृथ्वीला मिळणार होते.

* * *

अगदी लहान मुले अंगणात गात गात नाचू लागली, 'ये रे ये रे पावसा, तुला देतो पैसा, पैसा झाला खोटा, पाऊस आला मोठा.'

मोठी मुले आनंदित झाली. मोठा पाऊस आला की, शाळेला सुट्टी मिळते असा अनुभव होता त्यांचा!

घरोघर बायकांनी आकाशाकडे डोळे लावले. पाऊस आला की विहिरींना पाणी येईल! आपले पाण्याचे हाल संपले म्हणून त्या आनंदित झाल्या.

माहेरी जायला आसुसलेल्या सासुरवाशिणीने गाडीच्या खडखडाटाकडे कान लावून बसावे त्याप्रमाणे शेतकरी आभाळातला गडगडाट ऐकत होते. अगदी वेळेवर पाऊस पडणार आणि आपले शेत पिकणार या कल्पनेने त्यांचा आनंद गगनात मावेनासा झाला होता.

एक कवीही आकाशातल्या या सीमोल्लंघनाच्या समारंभाकडे आनंदाने पाहत होता. मात्र या आनंदाचे कारण त्याचे त्यालासुद्धा कळत नव्हते. लहान मुलाप्रमाणे अंगणात जाऊन 'ये रे ये रे पावसा' म्हणत आपणही नाचावे असे त्याला वाटत असावे!

त्या दिवशी शाळेला सुट्टी मिळाली. त्या पावसाळ्यात विहिरी अगदी तुडुंब भरल्या होत्या. त्या वर्षी शेतकऱ्यांना अर्धपोटी राहण्याचा प्रसंग आला नाही.

* * *

दुसरा पावसाळा आला. तो इतकासा सुखदायक नव्हता. मागच्या पावसाची आठवण सर्वांनाच झाली.

तिसऱ्या पावसाळ्याने दुसऱ्या पावसाळ्याचे दु:ख व पहिल्या पावसाळ्याची आठवण नाहीशी करून टाकली.

अनेक पावसाळे गेले. पिढ्या लोटल्या. 'त्या पावसाची आठवण काळपुरुष सुद्धा विसरून गेला. मात्र 'सीमोल्लंघन' नावाची पावसावरली एक गोड कविता अजूनही लोक आवडीने गातात.

९. तीन मने

तिचे डोळे पाण्याने भरले होते. कुणीतरी विचारले "काय झालं?"
ती रडत रडत म्हणाली,
"माझा नवा परकर फाटला. आता तो शिवला तरी वाईटच दिसणार!"

* * *

या गोष्टीला एक तप होऊन गेले.
तिचे डोळे पाण्याने भरले होते. कुणीतरी विचारले,
"काय झालं?"
ती रडत रडत म्हणाली,
"माझा हात भाजला. पातळ जळलं त्याचं काही नाही, पण माझा

हात- आता जन्मभर तो विद्रूप दिसणार!''

* * *

या गोष्टीला एक तप होऊन गेले.

तिचे डोळे पाण्याने भरले होते. कुणीतरी विचारले,

''काय झालं?''

ती रडत रडत म्हणाली,

''माझं बाळ-''

तिला पुढे बोलवेना. स्फुंदत स्फुंदत मोठ्या कष्टाने ती उद्गारली,

''मला कपडे नकोत, दागिने नको, काही नको. माझं बाळ तेवढं हवं! देवा, माझं औक्ष घे, पण माझ्या बाळाला ते भरपूर दे!''

✳

रागिणीचा राग!

नारदमुनींनी पृथ्वीपर्यटन संपवून सत्यलोकातल्या कमलमंदिरात प्रवेश केला. त्यांच्या मुद्रेवरील मनमोकळे हास्य पाहून ब्रह्मदेवांना आनंद झाला. हो, स्वारी पडली मुलखाची खट्याळ! पृथ्वीवर एवढे काही उणे आढळले असते तर नारदाच्या हातातील वीणेच्या ताराच नव्हेत, तर डोक्यावरील शेंडीसुद्धा त्याचे साग्रसंगीत वर्णन करीत सुटली असती!

"नारदा, काय वार्ता आहे पृथ्वीवरील?" ब्रह्मदेवांनी प्रश्न केला.

"ठीक आहे. आनंदीआनंद आहे. पण-"

"पण आहेच का काही? या पृथ्वीकरता मुद्दाम सुंदर सूर्य-चंद्र मी निर्माण केले-"

"त्यांनीच तर घोटाळा केलाय सारा!"

ब्रह्मदेव आश्चर्याने नारदाकडे पाहू लागले.

गंभीर मुद्रेने नारद म्हणाला,

"सूर्य अगदी नियमित करतो आपलं काम. त्याच्या प्रकाशाबद्दल प्रश्नच नाही काही. पण तो डोक्यावर आला की, कशी भाजून निघते बिचारी पृथ्वी!"

"अन् चंद्र?"

"त्याचा प्रकाश अत्यंत रम्य आहे. पण-पण संध्याकाळी स्वारी जागेवर असेलच म्हणून कुणी सांगावे?"

ब्रह्मदेव विचारात पडले.

इतक्यात गाण्याचे मधुर स्वर ऐकू येऊ लागले. हा हा म्हणता मेघमालांनी वातावरण भरून गेले. कमलमंदिरातील प्रकाश अगदी

अंधूक झाला.

"हा कोण नवा गंधर्व" नारदाने पृच्छा केली.

"मेघ."

मेघाचे गाणे थांबले.

लगेच दुसरे कोमल सूर ऐकू येऊ लागले. दीपमालांनी वातावरण भरून गेले. कमलमंदिरात प्रकाश अधिकाधिक तेजस्वी होत चालला.

"कुणाचं हे गाणं?" नारदाने विस्मयाने विचारले.

"दीपिका गात आहे."

"दीपिका? ही कोण बुवा?"

मघाशी गाणाऱ्या गंधर्वाची पत्नी. तू पृथ्वीपर्यटनाला गेल्यानंतर हे जोडपे निर्माण केले मी!

नारद पुढे काही विचारणार तोच ब्रह्मदेव प्रसन्न स्मित करून ध्यानस्थ होऊ लागले.

नारदाने प्रश्न केला, "देवराज, मघाशी मी पृथ्वीवरली दुःखं सांगितली-"

"ती नाहीशीही झाली."

नारदाने ब्रह्मदेवाकडे विस्मित दृष्टीने पाहिले.

"केव्हा?"

"आत्ता."

"कशी?"

"ते तूच जाऊन पाहा."

* * *

मुनिराज पुन्हा पृथ्वीलोकावर आले.

भरदुपार झाली. सावल्या अंग चोरून लपून बसल्या. वाऱ्याला ताप भरला. भूमी मूर्च्छित पडल्यासाखी दिसू लागली.

इतक्यात सारे वातावरण मधुर सुरांनी भरून गेले. क्षणार्धात आकाशात मेघमाला तरंगू लागल्या. जिकडेतिकडे शीतल छाया पसरली. नारदाने ते सूर कुणाचे हे चटकन ओळखले. मेघ गात होता.

संध्याकाळ झाली. चंद्राचा कुठेच पत्ता नव्हता. पृथ्वी काळोखात बुडू लागली. या बुडणाऱ्या जगाच्या धडपडीमुळे उडालेले जलबिंदू आकाशात मधूनमधून दिसत, पण त्यांच्यामुळे भोवतालचा भयाण

अंधार द्विगुणितच होई.

मधुर गाण्याचे सूर ऐकू येऊ लागले. पावसाळ्यात झाडाझाडांतून जसे काजवे चमकतात तसे चोहीकडे दीपकांचे नृत्य सुरू झाले. काळोखाच्या समुद्रातून बाहेर आलेली तेजस्वी रत्नेच होती ती. हे सूर कुणाचे आहेत ते नारदाच्या लक्षात आले. गंधर्वपत्नी दीपिका गात होती.

सारी रात्र नारदाच्या डोळ्याला डोळा लागला नाही. ब्रह्मदेवांनी पृथ्वीवरील वार्ता विचारली तर काय सांगायचे? आनंदीआनंद आहे म्हणून? छे! मध्यरात्री एक विलक्षण कल्पना सुचली, तेव्हा कुठे मुनिमहाशयांचा डोळा लागला.

* * *

"नारदा, काय वार्ता आहे पृथ्वीवरली?"

"ठीक आहे, आनंदीआनंद आहे. पण -"

"पण आहेच का तुझा अजून? दुपारी मेघांच्या गाण्याने पृथ्वीला सावली मिळू लागली. संध्याकाळी दीपिकेच्या गाण्याने अंधार उजळू लागला. मग-"

"पहिल्यांदा असं झालं खरं! पण-"

"पण काय!"

"हल्ली दुपारी दिवे लागून सूर्याच्या उष्णतेत भर पडू लागली आहे."

"आणि संध्याकाळी?"

"संध्याकाळी मेघ दाटून अंधार अधिकच भयाण वाटू लागतो!"

"असं उलटं कसं झालं?"

"देव जाणे! तुम्हालाच ठाऊक असणार ते माझ्यापेक्षा!"हसत हसत ब्रह्मदेवांना उत्तर देऊन नारदाची स्वारी कमलमंदिरातून बाहेर पडली.

* * *

"दीपिके, तू दुपारी का गाऊ लागलीस? पृथ्वीवर पाठविताना तुला मी बजाविले होते- तुझी गाण्याची वेळ संध्याकाळची!" ब्रह्मदेवांनी क्रोधकंपित स्वराने प्रश्न केला.

जवळच उभ्या असलेल्या मेघाकडे कुर्र्याने पाहत दीपिकेने उत्तर

दिले, ''यांनीच तेवढं दुपारी का गावं?''

''म्हणजे?''

''पतिपत्नीचे हक्क समान नकोत का? हे भरदुपारी गाऊन लोकप्रिय होणार आणि मी मात्र संध्याकाळी- संध्याकाळी पेंगायला लागतात सारे लोक! अशावेळी कुणाचं लक्ष लागणार आहे माझ्या गाण्याकडे?''

ब्रह्मदेवांच्या क्रोधाचे रूपांतर हास्यात झाले. ते हसत हसत म्हणाले, ''दीपिके, तुझं नाही काही हे ज्ञान! कुणीतरी गुरू भेटलाय तुला! ''

आतापर्यंत मेघाने मौन धरले होते. तो एकदम उद्गारला,

''नारदमुनींची विद्या आहे ही सारी! हिनं दुपारी गाण्याचा हट्ट धरला. मग मीही चिडलो आणि मुद्दामच संध्याकाळी गाऊ लागलो.''

''छान!'' मान डोलवीत ब्रह्मदेव उद्गारले.

थोडा वेळ विचार करून ते दीपिकेला म्हणाले, ''दीपिके, कलेच्या दृष्टीने तुझ्या गाण्याला संध्याकाळची वेळच योग्य नाही का? दुपारच्या सूर्यापुढे तुझा प्रकाश फिक्का नाही का पडणार?''

''पण माझे समान हक्क-''

''काय हवंय तुला?''

''याचं नाव मेघ. अन् माझं नाव दीपिका. नारदमुनी सांगत होते माझ्या नावातच कमीपणा आणणारं काहीतरी आहे म्हणून! शेवटचा हा 'का' - प्रत्यय की व्यत्यय काय म्हणतात तो! भगवान शंकराच्या पुढे हे सिद्ध करायला तयार आहेत ते!''

''तो कमीपणा आणणारा व्यत्ययच काढून टाकू या! मग जाईल ना तुझा राग?''

दीपिका आणि मेघ दोघेही मनापासून हसली.

* * *

''कसं काय नारदा, ठीक आहे ना सारं पृथ्वीवर?''

''ठीक आहे. आनंदीआनंद आहे. पण-''

नारदाचा 'पण' कानावर पडताच ब्रह्मदेव हसू लागले.

नारद म्हणाला, ''देवाधिदेवा, हसू नका असे. पृथ्वीवर एक भलताच अनर्थ सुरू झाला आहे आता!''

''कसला?''

''बायका पुरुषांसारखी नावं लावायला लागली आहेत. ती गंधर्वपत्नी

दीपिका दीप म्हणवून घेतेय आपल्याला.''

"घेऊ दे बापडी!''

"वा! स्त्रीनं पुरुषाचं नाव घ्यायचं? छे रागिणीचा राग झाला की हा!''

"होईना! तिचे सूर योग्य वेळी निघाले म्हणजे झालं.''

❋

घार आणि मोर

वर घार चौफेर घिरट्या घालीत होती.

खाली मोर मजेत स्वत:भोवती पिंगा घालीत होता.

दोघांचाही वेळ जाईना.

मोर म्हणाला,

"घारूताई, विमानाला कोण विचारतो तुमच्यापुढं?"

घार उद्‌गारली,

"मोरूदादा, रत्नांची काय किंमत आहे तुझ्या पिसाऱ्यापुढं?"

* * *

परिचयाचे मैत्रीत रूपांतर व्हायला फार गोष्टी लागतात असे नाही.

मोर म्हणे,

"आकाशातली नक्षत्रं किती सुंदर दिसतात!"

घार उत्तर देई,

"जमिनीवरल्या फुलांइतकीच!"

दोन्हीतही एकच दिव्य तत्त्व भरले आहे या गोष्टीचा अशावेळी त्यांना साक्षात्कार होई.

बोलता बोलता घार बोलून जाई,

"पृथ्वीवरील नद्या किती सुंदर दिसतात!"

मोर उत्तर देई,

"पण त्यांचं पाणी आकाशातूनच येतं ना?"

चराचरात एकच तत्त्व भरले आहे असा या वेळी त्यांना उदात्त भास होई.

प्रत्येक प्राण्यात जर एकच तत्त्व लीलेने खेळत आहे, तर एका

प्राण्याने दुसऱ्याला साधा ओरखडा काढणे हेसुद्धा महत्पाप नाही का?

दोघांनाही हे आपोआपच पटले.

घार मोराच्या पिसाऱ्यावर सुखाने झोपू लागली.

मोर घारीच्या नखांशी नाचत-बागडत खेळू लागला.

दोघेही जीवश्चकंठश्च मित्र झाले.

* * *

एके दिवशी घार आणि मोर सर्वत्र एकच परमात्मा भरला आहे या तत्त्वाची चर्चा करीत असताना समोरून एक साप सळसळत जाऊ लागला.

घारीने तो पाहिला.

मोरानेही तो पाहिला.

घारीने चटकन उडून झडप घातली.

मोरानेही चपळाईने उडी मारली.

"माझं भक्ष्य आहे हे-" मोर केकाटला.

दोघांच्या प्राणान्तिक भांडणात साप केव्हाच निसटून गेला.

जखमी घारीला आकाशात उडता येईना.

जखमी मोराला जागेवरून हलता येईना.

पूर्वी एकमेकांकडे पाहताना त्यांच्या डोळ्यांत फुले फुलत असत. आता तिथे निखारे फुलले.

दोघांनीही एकाच क्षणी प्राण सोडले.

भिऊन पळालेला साप थोड्या वेळाने लपतछपत परत आला. पाहतो तो घार स्तब्ध, मोरही स्तब्ध!

साप स्वतःशीच पुटपुटला,

"प्रत्येक प्राण्यात एकच तत्त्व खेळत असतं हे सत्य आहे!"

✻

लक्ष्मीपूजन

क्षीरसागरात भगवान विष्णू या कुशीवरून त्या कुशीवर वळले. लक्ष्मीला मोठा आनंद झाला. तिला वाटले- स्वारी लवकरच जागी होईल.

लक्ष्मीला झालेला आनंद नारदाने ओळखला. तो हसत हसत म्हणाला,

''लक्ष्मीबाई, बायका फार उतावळ्या हेच खरं! पहिल्यांदा लग्न कधी होईल असं होऊन जातं त्यांना! लग्न झालं की मूल कधी होईल, मूल झालं की ते मोठं कधी होईल - बाकी तुमच्यासारख्या देवताच जिथं इतक्या उतावळ्या-''

लक्ष्मीने हसत हसत नारदाकडे पाहिले. पण नारद पडला त्रिभुवनातले पाणी प्यालेला ब्रह्मचारी! तो थोडाच तिला बधतो!

तो पुढे म्हणाला,

''आज लक्ष्मीपूजन आहे मृत्युलोकात! तुम्हाला झाली आहे तिकडे जायची घाई! पण भगवान विष्णू काही झालं तरी आणखी अकरा दिवस जागे होत नाहीत!''

''आणखी अकरा दिवस?''

''हो! आषाढी एकादशीला शयन केलं आहे त्यांनी! आता कार्तिकी एकादशीला जागे होतील ते!''

''छे! आत्ता जागी होईल इकडली स्वारी!''

विष्णूंनी पुन्हा डोळे मिटायला सुरुवात केलेली पाहून लक्ष्मी जवळ जाऊन म्हणाली,

''ऐकलं काय?''

"काय?"

"मृत्युलोकात जाऊन येऊ या जरा!"

"अवतारबिवतार घ्यायचाय की काय? झोप तर पुरी होऊ दे. मग बघू!"

"अवतार नाही घ्यायचा!"

"मग?"

"आज माझी पूजा आहे तिथं!"

"तुझी पूजा? मी झोपल्यावर तिथली व्यवस्था तू उत्तम ठेविली आहेस असं दिसतं!"

"ती पूजा पाहायला-"

"पूजा पाहायला हेलपाटा कशाला घालायला हवा? मी करतो ती इथं हवी तर!"

"काहीतरीच! चलायचं ना माझ्याबरोबर!"

नारद मनात म्हणत होता- "परमेश्वर झाला तरी त्याला स्त्रीचा हट्ट पुरवावाच लागतो."

आणि नारदाचा हा तर्कच बरोबर ठरला.

* * *

मृत्युलोकाच्या सीमेवर येईपर्यंत विष्णूंची झोप पार उडाली होती. ते लक्ष्मीला म्हणाले,

"तू तुझ्या भक्तांच्या घरी जाणार. मग मला माझ्या भक्तांना दर्शन द्यायला नको का?"

"माझे भक्त आणि तुमचे भक्त काय निराळे आहेत!"

"पाहू या मध्यंतरी काय काय झालं आहे ते. आपण एकमेकांबरोबर राहिलो तर ठीकच आहे. नाहीतर परत जाताना मला शोधायला ये तू!"

"कुठं?"

"लक्ष्मीनारायणाच्या मंदिरात! माझे सारे भक्त तिथंच भेटतील मला."

* * *

राजवाड्यात लक्ष्मीपूजन चालले होते. स्वतःच्या पूजेचे ते ऐश्वर्य पाहण्याचा मोह लक्ष्मीला अनावर झाला. ती धावतच गेली. डोळे

भरून तो समारंभ पाहिल्यावर तिने मागे वळून पाहिले- विष्णूंचा कुठेच पत्ता नव्हता.

ती राजवाड्यातून बाहेर पडली. बाहेर जिकडेतिकडे दीपमाळा फुलल्या होत्या. अमावास्येचा अंधारसुद्धा त्यांना भिऊन कुठेतरी पळून गेला होता!

सरदारांच्या वाड्यात, व्यापाऱ्याच्या मंदिरात, पंडितांच्या घरात, सर्व ठिकाणी लक्ष्मी गेली. सर्वत्र तिचेच पूजन चालले होते. पण तिला विष्णू मात्र कुठेच दिसले नाहीत.

तिला वाटले- स्वारी लक्ष्मीनारायणाच्या देवळात आपल्या भक्तांच्या मेळ्यात गुंग झाली असावी. ती धावतच देवळाकडे गेली. एखाद्या फुलझाडाप्रमाणे देवळापुढली दीपमाळा फुलली होती. लहान लहान घंटांचा एकसारखा होणारा किणकिण नाद गुंजारवासारखा भासत होता. देवाच्या मूर्तीपुढे जळणाऱ्या उदबत्त्या सुगंधी फुलांनाही लाजवीत होत्या. माणसे मुंग्यांप्रमाणे देवळात जात होती आणि बाहेर येत होती.

लक्ष्मी अगदी आत गेली. ती विष्णूंच्या मूर्तीपाशी जाऊन उभी राहिली, पण तिला विष्णू कोठेच दिसेनात! ती मनात म्हणाली -

''ते जवळपास असते तर त्यांच्या हातातल्या कमळाचा सुवास आपल्याला आल्याशिवाय राहिला नसता! मग स्वारी गेली कुठं?''

तिला कोडे पडले - 'झोप अपुरी झाल्यामुळे स्वारी परत जाऊन क्षीरसागरात शेषशय्येवर निजली तर नाही' अशीही शंका तिच्या मनात आली.

ती क्षीरसागरात परत आली. पण तिथे शेषशय्या रिकामीच होती.

लक्ष्मी पुन्हा मृत्युलोकात आली. मनाच्या वेगाने ती शहराशहरातून हिंडली; पण विष्णू कुठे असावेत याची कल्पनाच येईना तिला.

शहरातल्या श्रीमंतांची मंदिरे आणि सुखवस्तू लोकांची घरे मागे टाकून ती एका पडक्या भागाकडे वळली. एकदम तिला कमळाचा परिचित सुवास आला. तिने एका घरात डोकावून पाहिले.

अंधारातच एक मूल रडत होते. त्याची आई तोंडाने 'क्यु-क्यु' असा आवाज करीत म्हणत होती,

''उद्या सकाळी मला काम मिळेल! मग मी माझ्या बाळासाठी दुदू घेऊन येईन-''

लक्ष्मी मधेच म्हणाली,

"दिवा लाव की गं बाई. म्हणजे मूल रडायचं थांबेल! "

"तेलाला पैसे असते तर त्याचं दूधच आणलं असतं मी बाई!" अंधारातून उत्तर आले.

लक्ष्मीने पाहिले -

"विष्णूंच्या हातातील कमळाच्या पाकळ्या त्या खोलीतल्या बिळांच्या तोंडाशी पडल्या होत्या. पण विष्णू?"

ती पुन्हा धावत सुटली. अगदी नगराबाहेर गेली ती. एका उंच टेकडीवरून शंखाचा गंभीर ध्वनी तिला ऐकू आला. तिने जवळ जाऊन पाहिले. खूप खोल्या असलेल्या तुरुंगासारखी एक इमारत होती तिथे. एका खोलीच्या खिडकीतून तिने डोकावून पाहिले. एक तीस वर्षांचा तरुण मनुष्य अंथरुणावर तडफडत होता. मधूनमधून तो बडबडत होता-

"देवा, पोट जाळायसाठी मी दिवसपाळी केली, रात्रपाळी केली! पण- देवा, आमच्या कपाळी कष्ट तेवढे लिहितोस तू. ते कष्ट सोसायला खंबीर असं लोखंडाचं शरीर का देत नाहीस आम्हाला?"

एकदम त्याने एक विचित्र आचका दिला. लक्ष्मी भयभीत होऊन तेथून पळत सुटली.

अजूनही शंखाचा आवाज तिच्या कानात घुमत होताच. ती दूर दूर गेली. जिकडेतिकडे शेते दिसू लागली तिला. एकदम कशालासा पाय लागून ती अडखळली. तिने वाकून पाहिले- विष्णूंची हातातली गदा!

त्या गदेला अडकवून ठेवलेले एक पत्र वाऱ्याच्या प्रत्येक झुळकेबरोबर फडफडत होते. लक्ष्मी ते पत्र उघडून वाचू लागली -

"माझ्या झोपेतून तू मला लवकर उठवलंस हे फार बरं झालं. जग सुरळीत चालवणं हे माझं काम. पण विश्रांतीच्या मोहानं मी ते तुझ्याकडे सोपविलं... तू आपल्या भक्ताच्या स्तुतीने अंध झाली आहेस. तुझ्या पूजेकरिता ते माझ्या भक्तांना बळी देत आहेत! पण हे तुला दिसणार कसं? शेतकऱ्यांच्या झोपड्यात, कामकऱ्यांच्या खोपट्यात आणि मजुरांच्या चाळीत पाऊल टाकायलाच तू तयार नाहीस.

तुझ्याबरोबर मी राजवाड्यात आलो. तिथं माझा एकही भक्त मला दिसला नाही. मी मोठ्या आशेनं लक्ष्मीनारायणाच्या देवळात गेलो.

आपणा दोघांचे भक्त तिथं असतील अशी माझी कल्पना होती. तुझ्या मूर्तीचा शृंगार पाहायला आलेले लोक तेवढे तिथे मला दिसले. राजवाड्यात सर्वांना प्रवेश नव्हता. नाहीतर हे लोक देवळाकडे फिरकलेही नसते. मी त्याच पावली देवळाकडे पाठ फिरवली. माझ्या भक्तांच्या हालअपेष्टा थांबल्यावाचून आता मी क्षीरसागराकडे परत येणार नाही. पद्म, शंख, गदा यांचा या वेळी काही उपयोग नाही मला. एक चक्र बस्स आहे. ते एकदा फिरायला लागलं की-''

अश्रूंनी डोळे भरून आल्यामुळे लक्ष्मीला पुढली अक्षरे दिसली नाहीत.

मात्र याच क्षणी घरोघर लक्ष्मीपूजनाकरिता लावलेले दिवे एकदम शांत झाले.

* * *

कालप्रवाह वाहतच होता.

एके दिवशी एका विलक्षण चमत्काराची गोष्ट जो तो दुसऱ्याला सांगू लागला. लक्ष्मीनारायणाच्या देवळातील लक्ष्मीची स्वयंभू मूर्ती पूर्णपणे बदलून गेली होती. तिच्या अंगावर अलंकार नव्हते, तिचे कमलासन नाहीसे झाले होते, तिच्या डोळ्यांतल्या चंचल भावाची जागा निश्चल भक्तीने घेतली होती. सर्वांत मोठा चमत्कार तर याच्याही पुढे होता. मंदिरावरील 'लक्ष्मीनारायण' ही अक्षरे नाहीशी होऊन तिथे 'दरिद्रनारायण' ही अक्षरे चमकू लागली होती.

ज्योती!

त्या चित्राचे नाव होते 'रंगमंदिर.'

ते सुंदर चित्र पाहून क्षणभर दोघांचेही भान हरपले.

थोड्या वेळाने राणी म्हणाली,

"या चित्राला शोभेल अशी सुंदर चौकट कुठं मिळणार?"

राजाही विचारात पडला. चौकटीवाचून चित्र फार दिवस टिकणार नाही हे उघड होते. पण- अमृत सोन्याच्याच पेल्यात ठेवायला हवे!

आपल्या राज्यातल्या सर्वांत सुंदर अशा सागवानाची चौकट राजाने मुद्दाम तयार करविली. ती चौकट रंगवायला आणि तिच्यावर नक्षी करायला राज्यातले सर्व उत्कृष्ट कलावंत गोळा झाले होते.

अशा अपूर्व चौकटीत बसविलेले सुंदर चित्र पाहून राजकवी उद्गारले,

"समसमा संयोग हा जाहला!"

* * *

कालाच्या ओघात त्या चित्रातले रंग हळूहळू फिक्के पडू लागले.

राजा आणि राणी यांना मनस्वी दुःख झाले.

आणखी काही दिवस लोटले. ते चित्र- रम्य सायंकालचे आता अंधाऱ्या रात्रीत रूपांतर झाले होते.

त्या चित्राकडे कुणी ढुंकूनसुद्धा बघेना.

राजाने ते चौकटीतून काढून दूर फेकून देण्याची आज्ञा केली.

* * *

ती शोभिवंत चौकट जागच्या जागीच होती. तिला शोभणारे चित्र राजेसाहेबांना हवे आहे असे कळताच सर्व चित्रकार आपली सुंदर चित्रे

घेऊन राजधानीत धावत आले.

चित्रे पाहता पाहता राणीची दृष्टी एका चित्रावर खिळून गेली. त्या चित्राचे नाव होते 'मंदिर!'

राणीने राजाकडे अर्थपूर्ण दृष्टीने पाहिले. राजा चौकटीकडे पाहत म्हणाला,

''हे चित्र या चौकटीत बसणार नाही. चित्रातल्या या देवळाचं शिखर कापून टाकलं तर कदाचित-''

चित्रकाराने आपले चित्र राजाच्या हातातून खसकन मागे घेतले.

* * *

राणीने कुठलेही सुंदर चित्र पाहून राजाकडे मान वळविली की, तो चौकटीकडे पाहू लागे, पण राणीला आवडलेले एकही चित्र त्या चौकटीत बसेना.

'मनुष्य' या चित्रात एक उंच उंच जाणारी ज्योती भोवतालचा भयंकर अंधार उजळीत आहे असे दृश्य होते. पण हे चित्र चौकटीत बसविण्याकरिता त्या ज्योतीच्या तांडवनृत्याचा भाग कापणे आवश्यक होते.

'तांडव' या चित्रात सागराच्या प्रक्षुब्ध लाटा अशा रीतीने रेखाटल्या होत्या की, त्यातून भुकेल्या माणसांच्या संतापलेल्या मुद्रा व्यक्त व्हाव्यात. पण न मावणारा भाग कापून ते चित्र चौकटीत बसविले असते तर त्या लाटा समुद्रातल्या न वाटता तळ्यातल्या वाटल्या असत्या.

चौकट तयार करून घेण्याकरिता आपणाला किती कष्ट पडले याची जाणीव राजाने राणीला करून दिली. शेवटी त्या चौकटीत बरोबर बसेल अशाच चित्राची त्याने निवड केली.

त्या चित्राचे नाव होते - 'चिमणी फुले!' हिरवळीवरल्या चिमुकल्या फुलांचे चित्र होते ते!

* * *

दुसरे दिवशी सकाळी ते चित्र जमिनीवर फडफडत असलेले आढळून आले. त्याची चौकट कुणीतरी मोडूनतोडून तिचे तुकडे जवळच फेकून दिले होते.

राजाने रागाने अपराध्याला आपल्या समोर आणण्याची आज्ञा

सेवकाला केली.

एका क्षणात राणी त्याच्यापुढे येऊन उभी राहिली.

* * *

राणीने हा गुन्हा करावा याचे राजाला फार आश्चर्य वाटले. त्याने संतापाने प्रश्न केला.

''तू ही चौकट मोडलीस?''

''हो.''

''का? ही वाईट होती म्हणून?''

''नाही! मला दुसरी चौकट हवी आहे म्हणून!''

''दुसरी? कशासाठी?''

राणीने राजापुढे एक चित्र धरले. त्याच्यात एक प्रक्षुब्ध ज्योती तांडवनृत्य करीत भोवतालचा अंधार उजळून टाकीत होती!

✳

चमत्कार

मोठ्या रहदारीचा रस्ता होता तो! सकाळपासून संध्याकाळपर्यंत मुंग्यांसारखी माणसे जात असत त्या वाटेने! मुंग्यांच्या रांगांत मधूनमधून डोंगळे घुसावेत, त्याप्रमाणे टांगे, मोटारी, लॉरी, वगैरे वाहने त्या माणसाच्या गर्दीत अगदी उठून दिसत.

या रस्त्यावरल्या मोठ्या पुलाच्या टोकाशी एक पांगळा दररोज सकाळी खुरडत खुरडत येऊन बसे. जाणाऱ्या-येणाऱ्या प्रत्येक मनुष्याकडे केविलवाण्या दृष्टीने पाहत तो ओरडे,

''पांगळ्याला एक पैसा दे भगवान!''

जमीन कितीही तापली, तरी आभाळात डौलाने मिरविणाऱ्या पांढऱ्या ढगांतून काही पाण्याचे थेंब पडत नाहीत!

आपल्या अंगावरून पुढे जाणाऱ्या माणसांकडे पांगळा उत्सुकतेने पाही. दररोज सकाळी पुलाच्या दुसऱ्या टोकापाशी एक आंधळा येऊन बसलेला असे.

''आंधळ्याला एक पैसा दे भगवान!'' ही त्याची कर्कश विनवणी पांगळ्याला स्पष्ट ऐकू येई. त्याचे काळीज गलबलून जाई. त्याला भय वाटे- ''माझ्या थाळीत पैही न टाकणाऱ्या एखाद्या कुबेराने या आंधळ्याच्या थाळीत पैसा-आणेली-चवली-पावली- असलं काही टाकलं तर?''

माणसाची चाहूल लागली की, आंधळा दीनवाणेपणाने खाचा झालेल्या डोळ्यांनी वर पाही. यमापाशी पतीचे प्राण मागणाऱ्या सावित्रीच्या मुद्रेवरले कारुण्य त्याच्या चेहऱ्यावर दृग्गोचर होई; पण सावित्रीचा काळ आता फार जुना झाला, हे पदोपदी त्याच्या अनुभवाला येई.

रिकाम्या थाळीने आपला निभाव लागणार नाही, हे हळूहळू त्या दोघांच्याही लक्षात आले. आपण दोघेही बैठे- बसून राहणाराचे नशीबही बसून राहते- इत्यादी विचार त्या दोघांच्या मनात घोळू लागले.

पांगळा खुरडत खुरडत आंधळ्याकडे जाऊ लागला. त्याची चाहूल ऐकून आंधळाही काठी टेकीत टेकीत त्याच्याकडे आला. पुलाच्या मध्यभागी दोघांची गाठ पडली. कितीतरी वेळ या दोन दुबळ्या जिवांचे खलबत चालले होते. हिटलर नि मुसोलिनी यांचे महायुद्धाचे बेतसुद्धा यापेक्षा कमी वेळात ठरले असतील.

ते एकमेकांपासून दूर झाले तेव्हा दोघांच्याही चेहऱ्यावर दिग्विजयी वीराचे हास्य चमकत होते.

* * *

दुसरे दिवशी पुलावरून जाणाऱ्या प्रत्येक मनुष्याला काहीतरी चुकल्याचुकल्यासारखे वाटू लागले.

पुलाच्या त्या टोकापाशी पांगळा नव्हता.

आणि पुलाच्या त्या टोकापाशी आंधळाही नव्हता!

'दोन्ही भिकाऱ्यांना एखाद्या सोडतीतले पहिले बक्षीस निम्मे निम्मे मिळाले नाही ना?' अशी शंका प्रत्येकाला आली.

पण ती फार दिवस टिकली नाही.

गावातल्या प्रत्येक गल्लीत, बोळात आणि चाळीत ते दोघेही लोकांना दिसू लागले. आंधळा पांगळ्याच्या पाठीवर एखाद्या स्वाराप्रमाणे बसून मोठ्याने ओरडत असे,

''आंधळ्याला -एक पैसा- दे भगवान!''

हत्तीने पाठीवर अंबारी घ्यावी, त्याप्रमाणे पांगळ्याला घेत आंधळा जोराने ओरडे, ''पांगळ्याला एक पैसा दे भगवान!''

त्यांच्या या एकमेकांवरच्या प्रेमाने सर्वांना कौतुक वाटू लागले.

रस्त्याने जाताना या दोघांच्या थाळीत पैही न फेकणारे लोक आता त्यांच्या थाळीत पैसा पैसा टाकू लागले. त्यांच्या या दातृत्वाच्या मुळाशी आंधळ्या-पांगळ्यांचे अनुकूल ग्रह होते की, दारातील कटकट निघून जावी, ही मनुष्यमात्राची स्वाभाविक इच्छा होती, हे कुणाला ठाऊक!

थाळीत दररोज पाचसहा आणे जमू लागले. दोघांनाही वाटले-

आपल्याला विठोबा पावला! विठोबाची एक तसबीर विकत घेऊन ते तिची पूजा करू लागले.

एके दिवशी- आषाढी एकादशी होती ती - खोटे पैसे बाजूला ठेवूनसुद्धा त्या दोघांना रुपयाचा खुर्दा मिळाला.

रुपया-चांदीचा रुपया!

दोघांनी एका दुकानावर जाऊन ते सुटे पैसे दिले आणि बंदा रुपया घेतला.

* * *

लगेच तो रुपया कोणापाशी ठेवायचा याबद्दल दोघांचे भांडण सुरू झाले.

पांगळ्याचे म्हणणे- रुपया आपल्यापाशीच असावा! आंधळ्याला काही दिसत नाही! हॉटेलात ढब्बू पैशाऐवजी तो रुपया देऊन टाकील आणि मग-

आंधळ्याचे म्हणणे- रुपया आपल्यापाशीच असावा! पांगळ्याला काही पळता येत नाही. कुणीतरी मवाली झोंबाझोंबी करून त्याच्याकडून तो काढून घेईल नि मग—

वाळलेल्या गवताच्या राशीवर कुणीतरी ठिणगी टाकावी, तशी त्या रुपयाने दोघांची स्थिती केली. हा हा म्हणता दोघांच्या धुमसणाऱ्या मनाचा भडका उडाला. उणीदुणी, उखाळ्यापाखाळ्या, शिव्यागाळी, कशालाच सीमा राहिली नाही.

"तुझ्यासारख्या गलेलठ्ठाला पाठीवर घेऊन फिरता फिरता मी रक्त ओकायला लागलोय!" पांगळा उद्गारला.

"तुझ्यासारख्या गाढवाच्या पाठीवर बसून हिसके खाता खाता माझ्या आतड्याचा लोळागोळा झालाय!" आंधळ्याने त्याला उत्तर दिले.

शिव्या संपल्या; घसे सुकले!

शेवटी थकून दोघांनीही विठोबाच्या तसबिरीपुढे रुपया ठेवला आणि देवाची प्रार्थना केली-

"देवा, तूच न्याय कर आमचा!"

* * *

विठोबाला त्या दोघांच्या भांडणाचा राग आला होता! पण तसबिरीपुढे

पडलेला तो रुपया म्हणत होता -

"देवा, मी एकट्या आंधळ्याचा नाही आणि एकट्या पांगळ्याचाही नाही! मी दोघांचा आहे! तूच न्याय कर माझा!"

हे भांडण मिटवायचे कसे, याचे त्या जगच्चालकालाही कोडे पडले. खूप विचार करून त्याने ठरविले- आंधळ्याला दृष्टी आणि पांगळ्याला चालण्याची शक्ती दिली, म्हणजे दोघांच्या भांडणाचे मूळ आपोआपच नाहीसे होईल. मग त्यांना एकमेकांवर अवलंबून राहावे लागणार नाही. प्रत्येकाची मिळकत निरनिराळी झाली की-

विठोबाने पांगळ्याला दृष्टान्त दिला-

"मी तुला एक वर द्यायला आलो आहे. काय हवं ते मागून घे!"

"देवा, मला आपल्या पायांनी चालता येईल, असे कर!" हेच शब्द पांगळ्याच्या तोंडून येतील, अशी विठ्ठलाची खात्री होती. पांगळ्याच्या पायांवरून हात फिरविण्याकरिता देव वळलासुद्धा -

इतक्यात त्याला पांगळ्याचे शब्द ऐकू आले-

"देवा, माझी एकच इच्छा आहे! पलीकडे निजलेल्या त्या आंधळ्याला पांगळा कर!"

आपण स्वप्नात तर नाही ना असा देवाला संशय आला; पण तो क्षणभरच! पांगळा पुन्हा पुन्हा म्हणत होता,

"त्या आंधळ्याला पांगळा कर! देवा, त्या आंधळ्याला पांगळा कर!"

पण आंधळ्याची चालायची शक्ती नाहीशी करायला देवाचा हात पुढे होईना!

आंधळ्याला दृष्टान्त देऊन तो म्हणाला,

"मी तुला एक वर द्यायला आलो आहे. काय हवं ते मागून घे. मात्र मागण्याच्या आधी विचार कर. तू मागशील ते मी देईन!"

देव त्याच्या डोळ्यावरून हात फिरविण्याकरिता उत्सुक झाला होता.

पण आंधळा हसत म्हणाला,

"देवा, माझी एकच इच्छा आहे. माझ्या पलीकडे तो पांगळा आहे ना? त्याला आंधळा करून टाक."

* * *

दुसरे दिवशी सकाळी ते दोघे सरपटत सरपटत विठोबाच्या तसबिरीपाशी गेले आणि चाचपडत रुपया शोधू लागले. काही केल्या तो त्यांना सापडेना.

विकट हास्याबरोबर दोघांच्याही तोंडून एकच उद्गार बाहेर पडला, ''मोठा चमत्कार आहे बुवा! आमचा रुपया या देवानंच चोरला की!''

हाताला लागलेली विठोबाची तसबीर त्या दोघांनी मिळून दूर भिरकावून दिली!

✳

एक तळे

पूर्वेकडे तांबडे फुटले की, त्याचे मनोहर प्रतिबिंब त्या तळ्याच्या जीवनातही उमटे. प्रभातवायूची मंद झुळूक त्याच्या शरीराला गुदगुल्या करू लागे. त्याच्या मनाची एकएक कळी हळूहळू फुलत जाई.

तीन-चार घटकांत जलाशयाचा पृष्ठभाग हसऱ्या कमळांनी भरून जाई. त्यातल्या काही काही कळ्या हसता हसता इतक्या मोहकपणाने लाजत की, हास्यापेक्षा लज्जेतच अधिक सौंदर्य आहे या उक्तीची प्रेक्षकाला सहज प्रचिती येई.

गावातली सर्व भाविक माणसे आपली पूजा यथासांग व्हावी म्हणून त्या तळ्याच्या काठी नियमाने येत असत. बहुतेक लोक भराभरा हवी तेवढी कमळे खुडत, पण एखादा त्या तळ्याच्या पृष्ठभागाकडे पाहून आपले भान विसरून जाई. त्या मनोहर दृश्याने त्याला नवीन नवीन कल्पना सुचू लागत. आपल्यासमोर सृष्टिदेवतेने सुंदर कलाकुसर केलेला गालिचा पसरलेला आहे असा त्याला भास होई. पानाआड अस्फुट कळी दिसली की, आईच्या कुशीत तोंड लपविणाऱ्या लाजऱ्या बालकाची मूर्ती त्याच्या डोळ्यांसमोर उभी राही. त्याच्या डोळ्यांत नृत्य करणाऱ्या असल्या कल्पना पाहिल्या की, तळ्याला मोठा आनंद होई आणि दुपारी शेजारच्या शिवालयातील पूजा सुरू झाली, अष्टोत्तर कमळे वाहून भक्तगणाने वाजविलेल्या घंटेचा नाद कानावर पडू लागला की, त्या तळ्याला आपल्या आयुष्याचे सार्थक झाले असे वाटे.

* * *

एके दिवशी ते या आनंदात मग्न असताना एक बगळा तिथे आला. तळ्याकडे पाहून त्याने नाक मुरडले.

तळे त्याच्याकडे आश्चर्याने पाहू लागले.

बगळा वेडावाकडा चेहरा करून म्हणाला,

"छी! छी! काय घाण पाणी आहे हे! आपण तर याला चोच लावायलासुद्धा तयार नाही बुवा!"

कमळे खुडून नेणाऱ्या माणसांच्या पायांनी आपले पाणी गढूळ झाले आहे हे तळ्याच्या लक्षात आले.

बगळा गंभीरपणे उद्गारला, "मी शेकडो नद्या पाहिल्या आहेत, समुद्रसुद्धा पाहिला आहे. पण इतकं घाण पाणी मात्र कुठंच पाहिलं नाही! गंगेचं पाणी कसं स्फटिकासारखं शुभ्र आहे! आणि हे पाणी-"

तळ्याच्या पाण्याला चोच लावून भयंकर शिसारी आल्यासारखी बगळ्याने आपली चर्या केली.

तो तळ्यापासून दूर दूर जाऊ लागला.

त्याला हाक मारून तळे म्हणाले,

"आज माझी चूक मला कळली. चार दिवस धीर धर. चार दिवसांत माझं पाणी गंगेइतकं शुभ्र होतं की नाही हे पाहा!"

* * *

कमळे न्यायला येणाऱ्या प्रत्येक मनुष्यापाशी तळ्याने आपला चिखल उपसून टाकण्याचा हट्ट धरला. सर्वांनी त्याची समजूत घालण्याचा प्रयत्न केला, पण काही केल्या ते ऐकेना! वर्षानुवर्षे आपल्या पूजेला तळ्याने दिलेली कमळे लक्षात घेऊन सारी भाविक मंडळी गाळ उपसू लागली.

* * *

तळ्यात चिखलाचा लवलेशसुद्धा उरला नाही.

आपले पाणी गंगेइतके स्वच्छ झाले या आनंदात तळे दंग झाले.

पण लवकरच कमळांच्या सर्व वेली सुकून गेल्या. तळ्यात एकही कमळ फुलेना.

तळ्याला आपले जीवन अगदी रूक्ष, नीरस वाटू लागले.

विपुल मिळणारे मासे गिळता गिळता बगळा म्हणू लागला,

"किती स्वच्छ पाणी आहे हे! जणूकाही गंगाजळच!"

❋

ध्येयवादी!

झाकली मूठ सवा लाखाची का म्हणतात हे त्याच्याकडे पाहून सहज कळे. साठ वर्षांच्या आयुष्यात त्याने ती एकदासुद्धा उघडली नव्हती. या स्वभावामुळे त्याच्या हातावरल्या रेषा गोषातील स्त्रियांप्रमाणे जगाला अज्ञातच राहिल्या होत्या.

पण त्याच्या हातावर धनरेषा ठळक असली पाहिजे हे सांगायला सामुद्रिक तरी कशाला हवा होता?

सोन्याच्या बाबतींत तो वर्षातून एकाच वेळ उदार होई. फक्त दसऱ्याच्या दिवशी! पंधरवड्यातून एका दिवशी वाटेल तितके पाहुणे आले तरी त्याच्या मनाला काही वाटत नसे. तो दिवस म्हणजे एकादशीचा!

असा हा अलौकिक पुरुष मृत्युशय्येवर पडला होता. धन्वंतरीपासून अश्विनीकुमारापर्यंत ज्यांच्या वंशवृक्षाची पाळेमुळे पोहोचत होती असे सर्व वैद्य आशेने त्याच्या घराभोवती गोळा झाले. ज्यांच्या पदव्या वाचून होतकरू विद्यार्थ्याला इंग्रजी मुळाक्षरे सहज शिकता आली असती असे अनेक डॉक्टरही आले. सर्वांची खात्री होती- मृत्यू खास या चिकटोबाला आपली मूठ उघडायला लावणार!

रोग्याने कण्हत म्हटले,

“औषध हवं.”

आयुर्वेद व मटीरिआ मेडिका आनंदाने नाचू लागले. जन्मात औषध न घेतल्याचा सूड त्या तिमाजीवर घेण्याचे डॉक्टर-वैद्यांनी ठरविले. आनंदाच्या वेळी मनुष्य मतभेद विसरतो ते असे!

डॉक्टर-वैद्यांच्या सैन्याच्या पुढाऱ्याने विचारले,

''कसलं औषध हवं! बरं होण्याचं, वर्षभर जगण्याचं की चार दिवस जगण्याचं?''

रोग्याने कपाळावर आपली उजवी मूठ मारून घेतली. या अभिनयाचा अर्थ न कळल्यामुळे पुढारी सर्वांगवायू झाल्यासारखे स्तब्ध राहिले.

रोग्याने त्यांना जवळ बोलावून प्रश्न केला,

''मी आणखी किती दिवस जगेन?''

''औषध घेतलं नाही तर तीन-चार दिवस. औषध घेतलं तर तीन-चार वर्षे आणि माझं औषध प्यालं तर अगदी अमरच व्हाल. अगदी आठवे चिरंजीव!''

रोग्याने एवढाले डोळे करून वैद्यराजांकडे पाहिले. ते पांढरे दिसत नसूनही वैद्यराज घाबरले. त्यांना जवळ बोलावून रोगी त्यांच्या कानात म्हणाला, ''मला औषध हवंय खरं! पण ते मरणाचं हवंय. आजच्या आज मरायचंय मला. तीन दिवसांनी मेलं काय आणि आज-''

रोग्याला वायू झाल्याची खात्री वैद्यमंडळाच्या पुढाऱ्यांना झाली. ते म्हणाले,

''औषध न घेतासुद्धा तुम्ही तीन-चार दिवस काढाल!''

''पण मला ते काढायचे नाहीत ना!''

''का?''

''कपाळ तुमचं! विद्वान म्हणजे व्यवहारशून्य. अहो, उद्या माझ्या विम्याच्या पॉलिसीच्या हप्त्याची शेवटची तारीख आहे. आज मेलो तर तो हप्ता भरण्याची जरुरी नाही. तीन दिवसांनी मरायचं म्हणजे-''

सर्व डॉक्टर-वैद्यांनी लगेच तीन मैल पळण्याच्या शर्यतीत भाग घेतला.

✳

निर्माल्य

पूजा संपत आली.

फुलांच्या राशीच्या राशी देवावर वाहिल्या गेल्या होत्या. त्या पुष्पराशीतले प्रत्येक फूल हसत होते.

आज आपल्या आयुष्याचे सार्थक झाले असेच जणूकाही ते हास्य म्हणत होते.

देवही हसत होता. भक्तीने कोण प्रसन्न होत नाही?

* * *

दुसरे दिवशी सकाळी पुजारी देवाच्या मूर्तीवरली ती सुकून गेलेली फुले काढू लागला.

फुले केविलवाण्या दृष्टीने मूर्तीकडे पाहत म्हणाली,

"देवा, तू भावाचा भुकेला आहेस, रूप करपले, वास हरपला, म्हणून तू काही आपल्या भक्तांना अंतर देणार नाहीस."

देवाला फुलांचे बोलणे ऐकूच गेले नाही. जगातली दुःखे समूळ नाहीशी कशी होतील या विचारात तो गढून गेला!

* * *

पूजेकरिता ताज्या फुलांच्या राशीच्या राशी आत येऊ लागल्या.

कोपऱ्यात पडलेली फुले ओरडली,

"आल्या पावली मागं चला. नाहीतर- काल आम्ही हसत होतो. पण आज? आंधळ्या भक्तीनंच आमचा घात-"

"पुजारी, हे निर्माल्य अजून बाहेर फेकून का दिले नाही?" मूर्तीच्या मुखातून एकदम गंभीर उद्गार आले.

सभामंडपातून बाहेर फेकली जाणारी फुले किंचाळली

"आम्ही निर्माल्य! आणि तू? तू दगड आहेस- शुद्ध दगड- हा देव कसला? हा-"

पुढचे शब्द कुणालाच ऐकू गेले नाहीत. पूजा सुरू झाली होती- गंभीर घंटानाद- भक्तिपूर्ण स्तोत्रपाठ- देवाधिदेवाच्या जयजयकाराने सारे वातावरण भरून गेले.

* * *

पूजा संपली! ताज्या फुलांच्या राशीवर राशी देवावर वाहिल्या गेल्या. त्यात पुष्पराशीतले प्रत्येक फूल हसत होते.

आज आमच्या आयुष्याचे सार्थक झाले असेच जणूकाही ते हास्य म्हणत होते.

देवही हसत होता. भक्तीने कुणाचे मन प्रसन्न होत नाही?

❈

नवे राक्षस

चित्रगुप्ताच्या कचेरीभोवती जमलेली गर्दी पाहून नारदमुनींना मोठे आश्चर्य वाटले! नकळत त्यांच्या मनात कुतूहल उत्पन्न झाले.

फेसाळणाऱ्या लाटांतून एखाद्या नौकेने मोठ्या कष्टाने वाट काढावी, त्याप्रमाणे कसेबसे ते आत जाऊन पोहोचले.

चित्रगुप्तासमोर दोन जीव उभे होते.

पहिल्या जिवाकडे निरखून पाहत त्याला आणणाऱ्या यमदूताला चित्रगुप्ताने विचारले, ''याचं नाव काय म्हणालास?''

यमदूत उत्तरला,

''विलासपूरचे पुढारी नि सावकार भाऊसाहेब इनामदार!''

कपाळाला आठ्या घालून आपल्या वहीकडे पाहत चित्रगुप्त म्हणाला,

''मोठी चूक केलीस तू! या भाऊसाहेब इनामदाराला अजून तीस वर्षे आयुष्य आहे!''

यमदूत स्वतःशीच हसला. पण लगेच गंभीर होऊन तो म्हणाला,

''अपमृत्यू आहे हा महाराज.''

''अपमृत्यू?''

''हो! एका बाईला बळजबरीनं मोटारीत घालून पळून नेत होता हा! ती बाई दार उघडून उडी टाकायला लागली. तिला धरता धरता मोटारीचं चाक याच्या हातातून सुटलं नि गाडी इतक्या वेगानं एका झाडावर आपटली की-''

याबाबतीत यमदूताची काही चूक झाली नाही, अशी चित्रगुप्ताची खात्री झाली.

दुसऱ्या जिवापाशी उभ्या असलेल्या यमदूताला त्याने विचारले,

“याचं नाव काय?”

“महादू जाधव.”

“गावाचं नाव?”

“विलासपूर.”

“धंदा?”

“शेती.”

चित्रगुप्ताने आपल्या वहीची पाने भराभर चाळली आणि यमदूताकडे पाहत तो रागाने ओरडला,

“मूर्ख कुठला! या महादू जाधवाला अजून छत्तीस वर्षे आयुष्य शिल्लक आहे!”

यमदूत स्वत:शीच हसला. पण लगेच गंभीर होऊन म्हणाला,

“हाही अपमृत्यू आहे महाराज.”

“अपमृत्यू?”

“हो! विलासपूरपासून तीन मैलांवरच्या एका शेतात महादू काम करीत होता! संध्याकाळी शेतातून परत येताना त्याला आगगाडीचा एक पूल ढासळून पडलेला दिसला. इतक्यात त्याला आगगाडीची शीळ ऐकू आली. काय करावे त्याला कळेना. तो मोठमोठ्याने ओरडत आगगाडीच्या बाजूने धावू लागला. ड्रायव्हरला वाटले- कुणीतरी वेडा ओरडतोय! त्याने गाडीचा वेग काही कमी केला नाही. गाडी तशीच पुढे गेली, तर ती कोसळून खाली पडेल आणि शेपन्नास माणसे दगावतील, या भीतीने महादू वेडा झाला. गाडी अगदी जवळ आली, तेव्हा तो एकदम रुळावर जाऊन उभा राहिला. ड्रायव्हरनं एकदम गाडी थांबविण्याचा प्रयत्न केला; पण त्याला ती आवरता आली नाही! नि महादू-”

नारदमुनींचे मस्तक या दुसऱ्या जिवापुढे नम्र झाले.

* * *

भगवान विष्णूपाशी गप्पागोष्टी करतानासुद्धा त्यांना महादूचे विस्मरण झाले नाही. त्यांनी हसत हसत भगवंतांना प्रश्न केला.

“देवा, हल्ली तुमच्या अवताराची गडबड मुळीच ऐकू येत नाही! लक्ष्मीमाईंनी अगदी शपथ घातली आहे वाटतं?”

लक्ष्मीला ऐकू न जाईल, अशा हलक्या स्वरात भगवान म्हणाले,

"नारदा, तू ब्रह्मचारी आहेस, म्हणूनच बायकोच्या शपथेचं तुला इतकं महत्त्व वाटतंय!"

क्षणभर थांबून विष्णू खो खो हसत म्हणाले,

"अजून तू रावण-जरासंधाच्या काळातच आहेस, नारदा! औषधालासुद्धा राक्षस मिळायचा नाही, अशी सध्या मृत्युलोकात सुधारणा झाली आहे! मग माझा अवतार हवा कशाला? काय एकेक नव्या कल्पना काढताहेत ही माणसं! लढाया बंद व्हाव्यात म्हणून एक राष्ट्रसंघ निघालाय, रूस देशात मजूर आणि मालक एका ताटातून जेवताहेत, भरतभूमीत तर गांधी नावाचा साधू लोकांना सत्य आणि अहिंसा या गोष्टी वर्षानुवर्षे शिकवीत आहे!"

भरतभूमी, विलासपूर -

नारदमुनींना एकदम मघाच्या दोन जिवांचे स्मरण झाले. ते दोघेही विलासपूरचेच होते.

* * *

विलासपुरातल्या मध्यवर्ती चौकात लोकांचा समुद्र पसरला होता! कसली तरी सभा चालली होती! महादूच्या दिव्य त्यागाचे कौतुक करण्याकरिता विलासपूरचे लोक जमले असावेत, असे नारदमुनींना वाटले. तेही लोकांत मिसळले.

सभेचे अध्यक्ष म्हणत होते- "या गावातली प्रत्येक संस्था भाऊसाहेबांची ऋणी आहे. म्युनिसिपालिटी, बजरंग सिनेटोन आणि महिलामंदिर ही त्यांच्यावाचून अक्षरश: अनाथ झाली आहेत! भाऊसाहेब इनामदारांच्या आकस्मिक मृत्यूने विलासपूरची केवढी हानी झाली आहे-"

नारदांच्या जवळचा एक मनुष्य म्हणाला,

"विशेषत: दारू-दुकानांची-"

दुसरा कोपराने त्याला डिवचीत म्हणाला, "नि आजच्या अध्यक्षांसारख्या भाऊसाहेबांच्या दोस्तांची! या दोघांनी मिळून किती खून पचविले आहेत, किती गरिबांना पिळलं आहे आणि किती बायकांची अब्रू घेतली आहे, हे-"

अध्यक्ष अत्यंत गंभीर मुद्रेने म्हणत होते-

"भाऊसाहेबांचं नाव तुमच्या अंत:करणात कोरलेले आहे. त्यांची मूर्ती तुमच्या आमच्या डोळ्यांपुढे उभी आहे; पण भावी पिढ्यांना या

थोर पुरुषाची कल्पना कशी होणार? म्हणून माझे म्हणणे असे आहे की, या चौकाला भाऊसाहेब चौक असे नाव द्यावे आणि त्यांचा एक सुंदर पुतळा इथे उभारावा! पुतळ्याला १० हजार रुपये खर्च येईल. फूल नाही फुलाची पाकळी, म्हणून मी त्या सत्कार्याकरिता माझा पाचशेचा आकडा घालतो!''

कितीतरी वेळ टाळ्यांचा एकसारखा गजर होत होता. मघाशी अध्यक्षांची निंदा करणारे ते दोघे गृहस्थसुद्धा जोरजोराने टाळ्या पिटीत होते.

अस्वस्थ मनाने नारदमुनींनी त्यातल्या जवळच्या मनुष्याला विचारले,

''महादू जाधव कुठे राहत होता?''

''कुठला काढला हा महादू जाधव बुवाजी? दुपारची पुरव्व्याची सोय होत नसली, तर भाऊसाहेब इनामदारांच्या घरी जा ना! आजपासून दहा दिवस गोरगरिबांना जेवायला घालणार आहे त्यांची बायको! हो, आम्हीसुद्धा खानावळीला दहा दिवस रजा द्यायचं ठरविलंय!''

नारदमुनींनी निराशेने दुसऱ्याला विचारले,

''महादू जाधव कुठं राहत होता?''

डोके खाजवीत दुसरा उत्तरला,

''काल आगगाडीखाली सापडून मेला तो महादू जाधव होय? कुणाला ठाऊक? आजच्या सभेचे अध्यक्ष कुठं राहतात ते विचारा. एखादं पाच वर्षांचं पोर सांगेल तुम्हाला त्यांचा पत्ता! पण महादू जाधव-''

इतके बोलून त्याने असे भयंकर हास्य केले की, आपल्यापुढे एखादा क्रूर पशू जबडा उघडून उभा आहे, असाच नारदमुनींना भास झाला.

झपझप पावले उचलीत ते शहरातून जाऊ लागले. रस्त्याने जाणाऱ्या गृहस्थांना, दुकानदारांना, लहान मुलांना सर्वांना ते एकच प्रश्न विचारीत होते,

''महादू जाधव कुठं राहत होता?''

जो तो त्यांच्याकडे आश्चर्याने पाही. या बुवाला वेड लागले असून, हा काहीतरी भलताच प्रश्न आपल्याला विचारीत आहे, असा भाव उत्तर देणाऱ्या प्रत्येकाच्या मुद्रेवर उमटत असे! आणि प्रत्येकाचे उत्तर

एकच होते,

"महादू जाधव? ठाऊक नाही बुवा आपल्याला!"

चित्रगुप्ताच्या कचेरीत महादूच्या गावाचे नाव ऐकताना आपण काही चूक तर केली नाही ना असा विचार मनात येऊन नारद गोंधळले. त्यांना एकदम आठवण झाली- 'ढासळून पडलेला पूल- आगगाडी-महादू-'

ते आगगाडीच्या रुळाच्या बाजूने जाऊ लागले.

विलासपूर दोन मैल मागे पडले. दुरून त्यांना एकदम मोठी गर्दी दिसली. त्यांच्या मनात आले- 'महादूनं जिथं दिव्य आत्मत्याग केला, तिथं त्याचं स्मारक करावं म्हणून गावातली काही मंडळी इथं जमलेली असावीत! त्या भाऊसाहेबांच्या स्मारक-सभेइतकी गर्दी नसली तरी-'

मुनिवर्य आश्चर्याने स्तंभित झाले!

कोसळून पडलेला पूल बांधण्याचे काम सुरू झाले होते. नारदमुनींना दिसलेली गर्दी ते काम करणाऱ्या मजुरांची होती.

* * *

नारदमुनी धापा टाकीत आलेले पाहून भगवान विष्णूंना आश्चर्य वाटले. ते हसून म्हणाले.

"काय, झालं काय असं नारदा?"

नारदमुनी उत्तरले,

"देवा, तुमची सारी माहिती चुकीची आहे. मृत्युलोकात राक्षस नवी नवी रूपे धारण करून मिरवताहेत! चला, उठा, लवकर अवतार घ्या."

✳

कोकिळा

ज्याच्या ज्याच्या कानावर तो स्वर पडे, त्याचे त्याचे पाऊल जागच्या जागी थांबे. जणूकाही त्या मधुर स्वरजालातच ते अडकून पडे.

कुहू-कुहू!

कुहू-कुहू!

कुहू-कुहू!

कुहू-कुहू!

एखाद्या लताकुंजात उमललेल्या फुलांचा उन्मादक सुगंध दूरवर पसरावा, पण ते फूल मात्र कोणालाच दिसू नये- तशी त्या मधुर स्वराची स्वामिनी कुठेच दिसत नव्हती.

ज्याच्या ज्याच्या कानावर हे मधुरसंगीत पडे, त्याचे त्याचे हृदय कुठल्या तरी सुंदर स्मृतीशी खेळता खेळता आकाशात उंच उंच उडे.

कुहू-कुहू!

कुहू-कुहू!

पोळ्यातून ठिबकणारे मधुबिंदू-

मीलनाकरिता अधीर झालेल्या रमणीच्या मनातल्या प्रेमगीताचे मधुर शब्द-पदराआड लपून स्तनपान करणाऱ्या बालकाचा मोहक हुंकार-

कुंजवनात कृष्णाची मूक आळवणी करणाऱ्या राधिकेच्या नेत्रांतल्या नृत्याची रुमझुम-

तो मधुर स्वर ऐकणारांच्या मनात कल्पनांचा नुसता पाऊस पडत असे.

* * *

आम्रवृक्षांच्या पर्णभारात लपून बसलेली कोकिळा या दिग्विजयाने धुंद होऊन पंचमात गाऊ लागली.

कुहू-कुहू-

कुहू-कुहू-कुहू-

आंब्याच्या मोहराकडे पाहून कोकिळेला वाटले- "आपले गाणे ऐकूनच या वृक्षाच्या अंगावर आनंदाचे रोमांच उभे राहिले आहेत." फुललेल्या बागेकडे पाहून तिच्या मनात आले- "आपले गाणे ऐकूनच वसंताची कळी उमलली आहे."

रमणीय उष:काल पाहून ती स्वत:शी उद्गारली- "माझ्या गाण्यानं उल्हसित होऊनच उषा इतकी सुंदर दिसत आहे."

चांदण्या रात्री हातात हात घालून फिरणाऱ्या आणि चवऱ्याप्रमाणे हलणाऱ्या वृक्षांच्या सावल्यांत एकमेकांचे चुंबन घेणाऱ्या जोडप्यांकडे पाहून कोकिळा म्हणे,

"माझ्या गाण्यानेच यांच्या हृदयात प्रीतीचे कारंजे नाचू लागले आहे."

मोहरलेला आम्रवृक्ष, बहरलेला वसंत, उषेची दीप्ती आणि वल्लभ-वल्लभींची प्रीती- हे सारे सौंदर्य आपल्या गोड गळ्याने निर्माण केले आहे, असे कोकिळेला वाटू लागले.

या अभिमानाने कोकिळा अंध होऊन गेली.

ती आम्रवृक्षाला म्हणाली,

"मी वठलेल्या झाडावर बसले तर तोसुद्धा मोहरून जाईल."

ती वसंताला म्हणाली,

"मी वाळवंटात गाऊ लागले तर तिथेसुद्धा नंदनवन निर्माण होईल!"

ती उषेला म्हणाली,

"मी संध्याकाळी नसुते कुहू कुहू केले तर मावळलेला सूर्य पुन्हा परत येईल!"

ती वल्लभ-वल्लभींना म्हणाली,

"मी जर दूर देशी उडून गेले तर तुमचे प्रेमही माझ्याबरोबर उडून जाईल."

* * *

वर्षाकाळ आला.

आंब्याचा मोहर अदृश्य झाला.

आकाशातून मुसळधार पाऊस पडू लागला.

मेघांच्या पांघरुणातून उषा कधीतरी बाहेर डोकावून पाही. पण ते क्षणभरच!

चांदणी रात्र विझून गेलेल्या यज्ञकुंडासारखी दिसू लागली.

कोकिळा पूर्वीप्रमाणे गाण्याचा प्रयत्न करू लागली, पण तिच्या कंठातून स्वरच बाहेर पडेनात.

हिवाळा आला.

सारी झाडे लक्तरे पांघरलेल्या भिकाऱ्यांप्रमाणे दिसू लागली. शेतकऱ्याने भात झोडपावे त्याप्रमाणे अंगाला झोंबणारा वारा वृक्षवेलींचे पान नि पान झोडपून काढीत होता. त्या वाऱ्याला भिऊनच की काय उषा अंथरुणातून बाहेरच पडेना!

एखाद्या चांदण्या रात्री चंद्राला खळे पडे ते निराळेच. पण प्रत्येक रात्री आकाश अश्रू गाळू लागले! ते तारकांचे अश्रू पाहायला कोणता वल्लभ आपल्या वल्लभेला घराबाहेर घेऊन येईल?

* * *

झाडावर बसून कोकिळा गाण्याचा प्रयत्न करू लागली. आपला कंठ सुकल्याचा तिला भास झाला.

अंगात होते नव्हते ते बळ एकवटून ती गाऊ लागली. तिच्या कंठातून स्वर बाहेर पडले.

पण-

ते वसंतातले आम्रवृक्षावरले स्वर नव्हते, ते वसंतातल्या उष:कालाचे स्वर नव्हते, ते वसंतातल्या चांदण्या रात्रीचे स्वर नव्हते!

त्या मधुर स्वरांची भुते होती ती!

तिला स्वतःलाच ते स्वर ऐकवेनात!

कोकिळा मुकी झाली. ती मनातल्या मनात वसंताला आळवू लागली, ''लवकर ये, माझ्या जिवाच्या राजा, लवकर ये.''

✳

देव आणि पायऱ्या

किती उंचावर देऊळ होते ते!

उंचीच्या प्रमाणात देवाची लोकप्रियता असते की काय कुणाला ठाऊक!

त्या देवाच्या दर्शनाला दूरदूरचे हजारो लोक येऊ लागले.

प्रत्येक पायरीला वंदन करीत सारा भक्तगण वर जात असे.

या नमस्कारामुळे पायऱ्यांना वाटू लागले- वर देवळात बसलेल्या देवापेक्षा आपलीच योग्यता अधिक आहे! आपण नसतो तर या भक्तांना देवाचे दर्शन दुर्लभ झाले असते.

एक पायरी म्हणाली,

''आम्ही आहोत म्हणून या देवाचं इतकं स्तोम माजलं आहे. नाहीतर इतक्या उंचावर त्याचं तोंड पाहायला धडपडत कोण जाणार होतं?''

दुसरी पायरी उद्गारली, ''तसं पाहिलं तर देवात नि आमच्यात काय फरक आहे? त्याच्या मूर्तीचा दगड संगमरवरी आहे, आम्ही काळ्या दगडाच्या आहोत. पण काळागोरा हा भेद आता नाहीसाच झाला पाहिजे!''

पायऱ्यांची ही तर्कशुद्ध विचारसरणी ऐकून सर्व भक्त हसत हसत वर जात. मात्र त्यांच्यापैकी एकानेही पायऱ्यांना आपली फुले वाहिली नाहीत.

पायऱ्या रागावल्या, जळफळू लागल्या, संतापाच्या भरात स्वत:चे तुकडे तुकडे करून घेतले त्यांनी!

देवदर्शनाकरिता येणाऱ्या भक्तांना वाटेत आडव्या-तिडव्या पसरलेल्या

दगडांच्या ठेचा लागू लागल्या, कित्येकांच्या पायांतून रक्त येऊ लागले.

सर्व भक्तांनी ठरविले- या पायऱ्या फार जुन्या होऊन गेल्या आहेत. त्यांचा भक्तांना फार उपद्रव होत आहे. हे सारे फुटके-तुटके दगड वाटेतून काढून टाकून नव्या पायऱ्या बांधणेच बरे होईल.

पायऱ्यांचे फुटके दगड एका बाजूला जाऊन पडले. नव्या सुंदर पायऱ्या बांधण्यात आल्या.

सकाळ-संध्याकाळ देवाची नौबत कानावर पडली की, या फुटक्या दगडांचा तुकडान् तुकडा तडफडू लागतो!

आणि याच वेळी देवदर्शनाला जाणारे भक्त नव्या पायऱ्यांकडे कौतुकाने पाहत वर जातात!

※

घोडचूक

सूर्याकडे पाहून त्या घड्याळाला नेहमी हसू येई! म्हणे पूर्वी देवळे बांधीत या सूर्यनारायणाची! आणि अजून नमस्कार घालायला सांगतात याला! असे आहे काय त्याच्यात? एक प्रकाशाचा गोळा! ना रंग ना रूप!

रूपाचा प्रश्न आला की, घड्याळ स्वत:च्या सौंदर्याकडे अभिमानाने पाही. किती मऊ आणि चकचकीत अंग! आणि ते रेडियमचे काटे! आनंदाने गात गात धावणारी भावंडेच जणूकाही.

अभिमानाच्या भरात सूर्याला नाक मुरडून घड्याळ उद्‌गार काढी, ''आहे झालं जडभरत आणि मुखस्तंभ! कसं चोवीस तास सुरू असतं माझं गाणं. पण हा? जन्मात कधी तोंड उघडायला नको याला! बारा तासांत दमून जातो हा लट्ठंभारती! स्वारी रात्री कुठं झोपा काढते याचा पत्तासुद्धा लागत नाही! नाहीतर मी! लहान मूर्ती, पण थोर कीर्ती! भर मध्यरात्री वेळ विचारा- क्षणात सांगेन- बारा वाजून पाच मिनिटं आणि पंधरा सेकंद झाले आहेत. खरं पाहिलं तर आकाशातली सूर्याची जागा माझीच नाही का? पण निसर्ग मनुष्यापेक्षा श्रेष्ठ आहे ही खुळी कल्पना आहे ना अजून या जगात! छट्! सूर्यासारखी अवेळी उगवण्याची नि मावळण्याची घोडचूक एखादं वेडं घड्याळसुद्धा नाही करणार!'

एके दिवशी रात्री बारा वाजता घड्याळ एकदम बंद पडले. अखंड नाचणाऱ्या सोनेरी काट्याची हालचाल क्षणात थांबली. मृत बालकासारखे दिसत होते ते. प्रयत्नांची पराकाष्ठा झाली. पण घड्याळ काही केल्या चालू होईना.

दुसरे दिवशी सकाळी सूर्याचे किरण नेहमीप्रमाणे घरात आले. ते घड्याळावरही पडले. त्यात बारा वाजलेले स्पष्टपणे दिसत होते!

❋

चकोर व चातक

आकाश उदास दिसत होते. जसा काही मृत राजाचा महालच! नुकतीच एखादी उल्का पृथ्वीवर पडली असावी! तिच्या तेजस्वी मुखाची आठवण होऊनच आकाशाला इतके दुःख झाले असेल काय? छे! कवीसुद्धा विश्वास ठेवणार नाही असल्या कल्पनेवर!

मी निरखून पाहिले.

सर्व गगनमंडळ भुरक्या मेघांनी भरून गेले होते. जणूकाही जगाला विटलेल्या मनुष्याचे मन! त्या मनातला आत्महत्येचा निश्चय-

त्या निश्चयासारखा मधेच एक काळाकुट्ट मेघ निश्चल उभा होता. आत्महत्येच्या विचाराने आशेचा पार लोप करून टाकावा, त्याप्रमाणे अष्टमीच्या अर्धचंद्राला त्याने अगदी निस्तेज करून सोडले होते. त्या मृतप्राय चंद्राचा प्रकाश-आंधळ्याची शून्य दृष्टीसुद्धा त्याच्यापेक्षा बरी!

एक विचित्र विजयस्वर माझ्या कानावर पडला. तो कृष्णमेघ तर आनंदाने ओरडला नसेल ना! छे; घुबडही नव्हे!

मी वळून पाहिले.

एक पक्षी कृष्णमेघाकडे उत्कंठेने पाहत ओरडत होता. अगदी स्पष्ट शब्द ऐकू आले, 'ये, ये, मेघमाले, ये!'

कुणी शापभ्रष्ट गंधर्व तर नाही ना? त्याची व्याकूळता पाहून मला भास झाला.

इतक्यात दुसऱ्या दिशेने शब्द आले,

"चूप बैस, चातक्या! ये, ये, चंद्रिके, ये!"

"अरे जा रे चकोऱ्या- ये, ये, मेघमाले, ये!" पहिला पक्षी ओरडला.

निर्दय नजरेने एकमेकांकडे पाहत ते दोन पक्षी पुनःपुन्हा ओरडू लागले.

"ये, ये, मेघमाले, ये!"

"ये, ये, चंद्रिके, ये!"

त्यांच्या आक्रोशाचा परिणाम आकाशावर होत होता की काय कुणाला ठाऊक! पण क्षणात चंद्राने चमकावे, क्षणात त्या कृष्णमेघाने त्याला झाकून टाकावे, असा खेळ तिथे सुरू झाला.

चातक ओरडतच होता, "ये, ये, मेघमाले, ये!"

चकोर आक्रोशतच होता, "ये, ये, चंद्रिके, ये!"

कंठ सुकेपर्यंत ते ओरडले; पण जलबिंदू आणि चांदणे ही दोन्ही आकाशातच राहिली.

त्या पक्ष्यांच्या डोळ्यांत आता गिधाडाची क्रूर नजर संचारली होती. हा हा म्हणता ते एकमेकांवर तुटून पडले. डोळ्यांचे पाते लवते न लवते तोच दोघांच्याही अंगातून रक्त वाहू लागले. ते भीषण दृश्य मला बघवेना. मी तोंड फिरविले. थोड्या वेळाने ओरडणे थांबले. नखांच्या व चोचीच्या प्रहारांचा आवाज मंदावला. विव्हळणे बंद झाले. प्रथम पंखांची फडफड ऐकू येत होती. हळूहळू ती सळसळ झाली आणि मग शांत... सर्व शांत!

मी पाहिले. दोन्ही पक्षी जमिनीवर मरून पडले होते. मघाच्या अंतराळातल्या त्या सजीव डौलदार मूर्ती आणि जमिनीवर पडलेली ती वेडीवाकडी प्रेते- अरेरे! मी आकाशाकडे पाहिले. जणूकाही माझे समाधान करण्याकरिता देवाधिदेव तिथे प्रकट होणार होता!

त्या कृष्णमेघातून आता भराभर जलबिंदू गळू लागले. पण त्यांच्याकरिता तहानलेल्या चातकाने आपले तोंड उघडले नाही!

पावसाची सर ओसरताच चांदणे चमकू लागले. पण चंद्रिकेसाठी आसावलेल्या चकोराने तिच्या स्वागतार्थ आपली मान हलवली नाही!

त्या दोन पक्ष्यांच्या प्रेतावरल्या जलबिंदूवर चांदणे चमकू लागले.

❊

देवता

राजाने नवे देवालय बांधले.

त्या मंदिरात संगमरवरी दगडाची सुंदर मूर्ती विराजमान झाली.

मूर्तीजवळच भव्य नंदादीप ठेवण्यात आला. कुणालाही, केव्हाही लांबूनसुद्धा मूर्तीचे दर्शन व्हावे एवढा उज्ज्वल होता त्याचा प्रकाश!

नंदादीपाची समई सोन्याची होती. ती चोरीला जाऊ नये म्हणून देवाच्या दारात पहारा बसविण्यात आला.

समईतल्या वातीकरिता पांढऱ्याशुभ्र कापसाचे अनेक नमुने मागवून त्यातल्या उत्कृष्ट जातीची निवड करण्यात येई.

नि नंदादीपाचे तेल- गंगाजलालासुद्धा त्याचा हेवा वाटावा, इतके स्वच्छ असे ते!

वेळी-अवेळी राजा देवदर्शनाला येऊ लागला.

* * *

एके दिवशी त्याने सहज एकदा नंदादीपाकडे निरखून पाहिले.

सोन्याची समई चमकत होती. समईत पाच शुभ्र ज्योती नाचत होत्या. पण-

पण एका ज्योतीजवळ कसलीतरी एक भिकारडी काडी पडली होती!

राजाच्या मनात आले - या दरिद्री पुजाऱ्याला सौंदर्य-दृष्टीच नाही. या सर्व वैभवशाली सरंजामात ही काडी कशाला हवी? दात कोरायला कुठली तरी काडी आणली नि दिली ती समईत ठेवून! मूर्ख कुठला!

राजाने काडी उचलून बाहेर फेकून दिली.

महालात परत जाताच राजाने पुजाऱ्याला निरोप पाठविला- मंदिरातल्या

सुंदर नंदादीपात एवढीशीसुद्धा काडी ठेवायची नाही. तिथे पुन्हा काडी आढळली तर पुजाऱ्याला वधस्तंभावर लटकविण्यात येईल.

* * *

थोड्या वेळाने पुजारी धावत धावत आला. पण महाराज भोजन करीत होते.

पुन्हा दोन घटकांनी तो धावत धावत आला. पण महाराज वामकुक्षी करीत होते.

आणखी दोन घटकांनी तो पुन्हा आला. या वेळी त्याचा चेहरा अगदी काळवंडून गेला होता.

"काहीही करून महाराजांची नि माझी गाठ घालून द्या" म्हणून त्याने महालावरच्या अधिकाऱ्याचे पाय धरले.

अधिकारी उत्तरला, "ते शक्य नाही. महाराज नुकतेच डाव्या कुशीवरून उजव्या कुशीवर वळले आहेत!"

बिचारा पुजारी! पुन्हा दोन घटकांनी धावत आला. या वेळी तो थरथर कापत होता. तो मोठ्याने ओरडला, "महाराज, महाराज!"

पण महाराज एका नव्या नर्तिकेचे नृत्य पाहण्यात तल्लीन झाले होते!

* * *

नृत्य संपल्यावर राजा देवदर्शनाला गेला.

तो गाभाऱ्याच्या दारात जाऊन पाहतो, तो आत अमावास्येचा काळोख पसरला आहे.

पुजाऱ्याचा असा राग आला त्याला! देवाची संगमरवरी मूर्ती, सोन्याची समई, सारे सारे अंधारात बुडून गेले होते.

पुजाऱ्याला वधस्तंभावर लटकविण्याची शिक्षा तो सांगणार; इतक्यात त्या अंधारातून गंभीर ध्वनी आला-

"राजा, खरा अपराधी तू आहेस, पुजारी नाही."

देवाच्या मूर्तीला वाचा फुटली काय, हे राजाला कळेना. तो भयभीत होऊन ऐकू लागला.

"राजा, नंदादीपातली क्षुद्र काडी पाहून आपल्या मंदिराच्या सौंदर्यात वैगुण्य आलं, असं तुला वाटलं. नंदादीपात काडी ठेवायची नाही, अशी आज्ञा तू पुजाऱ्याला केलीस; पण या मंदिराचं, माझ्या मूर्तीचं

देवता । ९५

आणि या सोन्याच्या समईचं सारं सौंदर्य त्या एका काडीवर अवलंबून होतं, याची तुला कल्पनाही आली नाही!''

राजाच्या मनातल्या भीतीची जागा आश्चर्याने घेतली. तो कानात प्राण आणून ऐकू लागला. ''सोन्याच्या समईतल्या ज्योतीलासुद्धा काजळी चढतेच. ती काजळी झाडण्याचे काम करणाऱ्या काडीला तू मूर्खपणानं मंदिराबाहेर घालवून दिलंस. इथली खरी देवता माझी मूर्ती नाही, ती सोन्याची समई नाही, तर ती साधीसुधी काडी आहे!''

बाहेर टाकून दिलेली काडी राजाने आदरपूर्वक मंदिरात आणली व तिने ज्योतीची काजळी झाडली.

पुन्हा सोन्याची समई चमकू लागली.

देवाची मूर्ती हसू लागली.

✳

धरण

किती लगबगीने ती पर्वतापासून दूर झाली!

खळखळ करीत ती पृथ्वीवरून धावू लागली!

जणूकाही एखादी नर्तिकाच अभिसारिका होऊन चालली होती.

तिच्या उघड्या डोळ्यांपुढे एकच स्वप्न पुन:पुन्हा तरंगत होते. - निळ्या लाटांतून खदखदा हसणारा सागर!

ती मनात म्हणत होती -

उषेला स्वप्नात आपल्या प्रियकराची मूर्ती दिसली, पण त्याला शोधायला जायचा काही तिला धीर झाला नाही. मी मात्र माझ्या रमणाला शोधून काढायला निघाले आहे.

तिच्या अंगाचा कण नि कण स्वप्नातल्या सागराच्या स्मृतीने पुलकित होत होता.

प्रत्येक वळणावर ती हळूच वाकून पाही. तिला वाटे- पलीकडे सागर लपून बसला असेल. आपण धावत गेलो तर तो एकदम आपल्याला बाहुपाशात घट्ट धरील. तसे झाले तर आपल्याला त्याला डोळे भरून पाहतासुद्धा येणार नाही.

योजनांमागून योजने मागे पडली. पण सागराच्या हास्याचा खळखळाट काही तिच्या कानावर पडला नाही. ती रानावनातून एकसारखी धावत होती.

वाट चुकून दमलेला प्रवासी तिचे पाणी पीत पीत म्हणे, "रानातून वाहणाऱ्या या नदीचे आयुष्य अगदी फुकट आहे. तिकडे पाणी नाही म्हणून पिके वाळून चालली आहेत, अन्न नाही म्हणून माणसे तडफडत आहेत आणि इकडे पाण्याचा हा मोठा प्रवाह कुठेतरी वाहत चालला आहे."

नदी हसत हसत पुटपुटे, ''अगदीच अरसिक आहे हा! प्रीतीची, माधुरीची लज्जत बिचाऱ्याला ठाऊक नसेल! मी कुठे चालले आहे ठाऊक आहे का? सागराला भेटायला!''

शेवटी सरिता सागराला भेटली. दोघांचे जीवन एकरूप झाले. आपल्या मुखात खारटपणा कुठून आला हे नदीला प्रथम कळेना. कुणीतरी म्हणाले,

''दोन जीव एक झाल्यावर असं व्हायचंच.''

सागराच्या दृढ आलिंगनात आपल्या मुखाला आलेला खारटपणा ती विसरून जाऊ लागली.

पण पर्वतापासून सागरापर्यंतच्या नित्याच्या प्रवासात तिला राहून राहून वाटे ''आपल्या आयुष्याचा एवढाच का उपयोग आहे? योजनेच्या योजने धावून आपण काय मिळवितो? एक दीर्घ चुंबन, एक दृढ आलिंगन. त्या चुंबनात प्रवासाचा शीण नाहीसा करण्याची शक्ती आहे. त्या आलिंगनात सारे जग विसरून जायला लावण्याची जादू आहे. पण-''

तिची विचारमालिका इथेच तुटून जाई. तिच्या कानात त्या प्रवाशाचे शब्द घुमू लागत. ''रानात वाहणाऱ्या या नदीचे आयुष्य अगदी फुकट आहे. तिकडे पाणी नाही म्हणून पिके वाळून चालली आहेत, अन्न नाही म्हणून माणसे तडफडत आहेत-''

आपल्या जीवनप्रवाहाची दिशा चुकत तर नाही ना? असे तिला वाटू लागले. पण-

मनातले बंडखोर विचार ऐकू येऊ नयेत म्हणून ती स्वतःशी मोठमोठ्याने गीते गाऊ लागली. ''प्रीती हेच जीवनाचे साफल्य आहे. एका चुंबनात जे सुख आहे, ते साठ हजार वर्षांच्या तपश्चर्येतसुद्धा मिळणार नाही!''

* * *

शतकांमागून शतके गेली. नदी तशीच वाहत होती, रोज रोज सागराला मिळत होती आणि त्या मीलनाने आपल्या जीवनाचे सार्थक झाले असे मानीत होती.

एके दिवशी कितीतरी माणसांनी तिच्या या प्रेमसमाधीचा भंग केला.

एक मोठा बांध घालून आपल्याला अडवून ठेवण्याचा त्या माणसांचा संकल्प आहे असे तिला दिसले! ती रागाने तांबडीलाल होऊन अकांडतांडव करू लागली.

पण माणसांच्या सामर्थ्यापुढे तिला नमते घ्यावे लागले.

धरण तयार झाले. आपल्या प्रीतीच्या आड येणाऱ्या त्या धरणाला मनातल्या मनात तिने किती शाप दिले याची गणतीच नाही.

* * *

महिन्यांमागून महिने गेले.

धरण पाहायला येणारी माणसे पाण्याच्या त्या अफाट विस्ताराकडे पाहत म्हणू लागली, ''या पाण्यानं सभोवतालच्या माळरानात सोनं पिकायला लागलंय.'' आपला पाण्याचा थेंब नि थेंब माणसांना जगवीत आहे, हे कळल्यावर नदीला त्या धरणाविषयी प्रेम वाटू लागले.

नदी पूर्वीइतक्या उत्सुकतेने आपल्याला चुंबन देत नाही, पूर्वीइतक्या आवेगाने आपल्या बाहुपाशात उडी घेत नाही, अशी सागराला शंका येऊ लागली. त्याने तिला खोचून विचारले,

''तुझे माझ्यावरले प्रेम आटले वाटते!''

तिने उत्तर दिले, ''खरे प्रेम कधीच आटत नाही.''

''मग?'' त्याने कुर्‍याने प्रश्न केला.

नदी हसत हसत उत्तरली, ''प्रीतीपेक्षाही जगात अधिक गोड- अधिक श्रेष्ठ अशी एक गोष्ट आहे!''

''कुठली?''

''सेवा!''

✳

जीवन आणि कला

पोटात साठवून ठेवलेला राग कधी ना कधी तरी बाहेर पडायचाच! पृथ्वीचेही असेच झाले. ती रागाने थरथर कापू लागली. क्षणार्धात तिच्या अंगावरील सुंदर मंदिरांचे अलंकार गळून पडले. रागाच्या भरात आपल्या हिरव्या शालूचा पदर स्कंधावरून दूर झाला आहे याचेही तिला भान राहिले नाही. जिने आपले हृदय थोडेसे उघडे केले की, जगाला जीवन वाटणारे अमृत स्त्रवू लागे, तिच्या हृदयातून विषारी झरे उचंबळू लागले.

तिच्या संतापाचे कारण प्रथम कुणालाच कळेना! कळावे तरी कसे? रुधिरप्रिय मंगळ, स्थितप्रज्ञ बुध, तत्त्वनिष्ठ गुरू आणि विलासमग्न शुक्र हे पडले परके पुरुष! रमणी कधीतरी परपुरुषापाशी आपले हृद्गत व्यक्त करू शकले का? त्यातून या साऱ्या परपुरुषांपैकी असा जवळ तरी कोण होता की, ज्याच्याशी भावनेच्या भरात तिला कानगोष्ट करता येईल?

पण प्रेम आणि राग ही कितीही लपविली तरी गुप्त राहत नाहीत. पृथ्वीच्या क्रोधाचे कारण हळूहळू स्पष्ट होऊ लागले. सूर्योदयाची वेळ झाली की, तिची शांती नाहीशी होई. रात्री चंद्राचे स्वागत करण्याकरिता नेसलेला बुट्टीदार शालू ती रागारागाने सोडून टाकी आणि तपस्विनीप्रमाणे एक पांढरे पातळ नेसून ती सूर्याचे स्वागत करी. पण संध्याकाळी सूर्य दिसेनासा झाला की, विविध स्वर्गीय रंगांच्या शालूंच्या घड्या मोडून पाहण्यात तिला अवर्णनीय आनंद होई. चंद्राची आवड लक्षात घेऊन शेवटी ती बुट्ट्याचा निळा शालूच नेसे हे खरे; पण चंद्र दिसू लागला की, दिवसा मूक असणाऱ्या तिच्या हृदयसागराला भरती येई. त्या

भरतीच्या लाटांच्या कणांकणांतून तिच्या कानात खालील संगीत घुमत नाही-

प्रणयाविण जगि शून्य जिणे
वसंतविरहित जशी वने

पृथ्वीला चीड आली होती ती एकाच गोष्टीची! अगदी ठरावीक वेळी येणाऱ्या आणि जाणाऱ्या रूक्ष, तापट नि नीरस सूर्याभोवती स्वतःला प्रदक्षिणा घालावी लागते आणि आपल्याभोवती प्रदक्षिणा घालणाऱ्या चंद्राला हृदयसागराच्या उचंबळणाऱ्या लहरी दाखविण्याखेरीज दुसऱ्या कुठल्याच तऱ्हेने आपले प्रेम व्यक्त करता येत नाही. चंद्राचा चंचलपणा, त्याचे प्रतिदिवशी बदलणारे रूप, नुसत्या करस्पर्शाने रूक्षतेला रम्यता आणण्याची त्याची जादू, सारे-सारेच किती मनमोहक! त्याच्याहून मोठ्या दिसणाऱ्या सूर्यात एक म्हटल्या एक तरी गुण दिसायचा होता त्याचा! हा सूर्य हृदयाचे सत्त्व शोधून घेण्यात मात्र कुशल!

सूर्याचे स्वागत करण्याकरिता सृष्टिमातेने शिकविलेला गायत्रीमंत्र पृथ्वी हळूहळू विसरून गेली. रजनी आणि सागरिका यांनी शिकवलेली प्रणयगीते गुणगुणण्यातच तिला आनंद वाटू लागला. दिवस केव्हा जातो आणि रात्र केव्हा येते असे तिला होऊन जाई. तिच्या मनाची ही चलबिचल सूर्याच्या लक्षात आली. चंद्रानेच तिला विलासलोलुप केली असा त्याचा ग्रह झाला. रागाच्या भरात चंद्राला शिक्षा करण्याकरिता तो अनेकदा चंद्राजवळ गेला.

चंद्र भयाने लपून बसला. चंद्राच्या विरहाने पृथ्वीच्या हृदयसागरात त्या त्या दिवशी अधिकच तुफान लहरी उसळल्या.

पृथ्वी व चंद्र यांना समोरासमोर उभे करून सर्व गोष्टी स्पष्टपणे सांगाव्या म्हणूनही सूर्याने प्रयत्न केला. आपल्या कलंकित प्रणयाची हकिकत पृथ्वीला कळणार या कल्पनेने चंद्राचे तोंड काळे ठिक्कर पडले, पण पृथ्वीला वाटले चंद्र खरा कलावंत आहे, त्याचे हृदय किती हळुवार आहे! माझ्या दुःखाच्या कल्पनेनेच त्याचे मुख काळवंडले.

प्रणयी चंद्राविषयीची पृथ्वीची अंध आसक्ती पाहून सूर्य निराश झाला. सर्व प्रेमपाश तोडून त्याने पृथ्वीपासून दूर निघून जाण्याचे ठरविले.

* * *

सूर्य निघून गेला. एक दिवस गेला, दोन दिवस गेले! पृथ्वीला चंद्र कुठेच दिसेना. ती मोठमोठ्याने हाक मारू लागली- 'ये कलाधरा ये. त्या नीरस सूर्याची कटकट कायमची गेली. दिवस आणि रात्र- अष्टौप्रहर प्रणयाचा आनंद आपणाला आता लुटायला मिळेल. ये रे, सख्या, धावत ये.'

दिवसाची कायमची रात्र झाली. युगे लोटली. पण पृथ्वीला चंद्राचे पुन्हा ओझरतेसुद्धा दर्शन झाले नाही.

❋

राजकवी

त्या तीन कवींत राजकवी कुणाला करावे हे निश्चित करणे मोठे कठीण काम होते.

महाराजांच्या परिवारातल्या एका धष्टपुष्ट मनुष्याने सल्ला दिला, ''हा पिळदार दंडाचा कवीच त्या पदाला योग्य आहे.''

एका सुंदर दासीने एकदा भीतभीत सूचना केली, ''तो नाजूक कवीच अधिक चांगला शोभून दिसेल!''

महाराज जनाचे ऐकत, पण त्यांचे मन कोड्यात पडले होते. फुले, तारका, सुंदर स्त्रिया, वगैरेंची वर्णने तिन्ही कवी दररोज करीत. त्यापैकी अधिक चांगले किंवा अधिक वाईट कोणते हे काही केल्या महाराजांना कळेना.

एके दिवशी वनभोजनाचा बेत ठरला. नेहमीपेक्षा निराळी जागा पाहण्यात आली. नगरापासून फार दूर होता तो डोंगर! सहसा कोणी तिकडे जात नसे, पण त्या डोंगरात एक अतिशय सुंदर देवालय कोरून काढलेले होते.

तिन्ही कवींसह महाराजांनी त्या देवालयात प्रवेश केला. किती मोहक दिसत होते ते. जणूकाही एखाद्या राकट शरीरात वास करणारे प्रेमळ हृदयच!

पहिल्या कवीला स्फूर्ती झाली. तो उद्गारला, ''किती सुंदर दगड आहे हा! निसर्गापेक्षा मोठं असं जगात काहीच नाही.''

दुसरा कवी देवाच्या मूर्तीला वंदन करीत उद्गारला, ''ही देवाची मूर्ती इथं नसती तर या दगडांना एवढी शोभा आलीच नसती.

देवापेक्षा श्रेष्ठ असं काय आहे या जगात?''

तिसरा कवी शांतपणाने म्हणाला,

''या सौंदर्याचं श्रेय दगडाला नाही आणि देवालाही नाही! मनुष्याच्या बुद्धीचा विलास आहे हा!''

''खरं आहे राजकवी'' त्याच्याकडे पाहून स्मित करीत महाराज उद्गारले.

❋

www.ingramcontent.com/pod-product-compliance
Lightning Source LLC
Chambersburg PA
CBHW070927270525
27285CB00015B/767
9788171616398